# നാട്ടുവഴികൾ

**nattuvazhikal**
novel
•
kannoth krishnan
•
*first edition*
april 2009
•
*typesetting & published*
chintha publishers, thiruvananthapuram
•
*printed*
akshara offset, thiruvananthapuram
•
*cover*
magic wand



*വിതരണം*
**ദേശാഭിമാനി ബുക്ക് ഹൗസ്**
H O തിരുവനന്തപുരം-695 001

***ബ്രാഞ്ചുകൾ***
ദേശാഭിമാനി റോഡ് തിരുവനന്തപുരം • ഓവർബ്രിഡ്ജ് തിരുവനന്തപുരം • കെ എസ് ആർ ടി സി ബസ് സ്റ്റേഷൻ ആലപ്പുഴ • കെ എസ് ആർ ടി സി ബസ് സ്റ്റേഷൻ എറണാകുളം • ഐ ജി റോഡ് കോഴിക്കോട് • മാവൂർ റോഡ്, കോഴിക്കോട് • എൻ ജി ഒ യൂണിയൻ ബിൽഡിംഗ് കണ്ണൂർ

CO - 1238 / 2128

# നാട്ടുവഴികൾ

നോവൽ

കണ്ണോത്ത് കൃഷ്ണൻ

ചിന്ത പബ്ലിഷേഴ്സ്
തിരുവനന്തപുരം-695 001
വില : 55.00 രൂപ

# കണ്ണോത്ത് കൃഷ്ണൻ

കോഴിക്കോട് ജില്ലയിലെ വടകര സ്വദേശി. പുറമേരിയിലെ കാത്തനാട്ട് രാജാസ് ഹൈസ്കൂൾ, മടപ്പള്ളി കോളെജ്, കോഴിക്കോട് ഗവ: പോളിടെക്നിക് എന്നിവിടങ്ങളിൽ വിദ്യാഭ്യാസം.

*പരിക്രിയ* (നോവൽ), *സുധർമ്മൻ കവിത ചൊല്ലുന്നു* (കഥാസമാഹാരം) എന്നിവ പ്രസിദ്ധീകൃത കൃതികൾ. *പരിക്രിയയ്ക്ക്* 1991–ലെ കുങ്കുമം അവാർഡ് ലഭിച്ചു.

ആലുവ കോമിൻകോ ബിനാനി സിങ്കിൽ നാലുവർഷം ജോലി ചെയ്തു. തുടർന്ന് തിരുവനന്തപുരത്ത് വിക്രം സാരാഭായ് സ്പെയ്സ് സെന്ററിൽ റോക്കറ്റ് പ്രോപ്പലന്റ് വിഭാഗം മാനേജർ.

ഇപ്പോൾ വടകരയ്ക്കടുത്ത് എടച്ചേരിയിൽ സ്ഥിരതാമസം.


ഭാര്യ : വത്സല

മക്കൾ : നിതിൻ, ഹരിശ്രീ

വിലാസം : കണ്ണോത്ത് ഹൗസ്,<br>എടച്ചേരി, വടകര 673 502

# 1

# പ്രകാശം പരത്തി നടന്ന പെണ്ണ്

**പാ**തിരാവെളിച്ചത്തിൽ ആണ്ടിപ്പണിക്കർ നടന്നു. പണിക്കരുടെ മാറാപ്പിൽ കിണ്ടിയും കൈമണിയും തല തട്ടിച്ചിരിച്ചു. പൂജാ സാമഗ്രികളുടെ പൊട്ടിച്ചിരിയിൽ മീൻചാപ്പ മുക്കിലെ കുറുക്കന്മാർ കാതോർത്തു. പാതിമതിലിന് പിറകിൽ അവ പണിക്കരുടെ കാലൊച്ച അകലുന്നതും പാർത്ത് കള്ളക്കുറുക്കന്മാരായി നിന്നു. ആണ്ടിപ്പണിക്കർ ആക്കത്തിലൊരു ബീഡി കത്തിച്ചു– ഉരച്ച തീപ്പെട്ടിക്കമ്പ് ഉയർത്തിപ്പിടിച്ച് പണിക്കർ പീടികത്തിണ്ണയിലെ ആളനക്കം ഗൗനിച്ചു.

"ആരാദ്?"

പണിക്കർ ചോദിച്ചു.

"ഒര് ബീഡ്യെര്യോ–"

പളനിശെൽവമാണ്. തമിഴൻ മൂക്കറ്റം കുടിച്ച് ഉടുതുണിയും മാനവും മറന്ന്...

"ഫാ"

ആട്ടിന്റെ ശക്തിയിൽ പണിക്കരുടെ കാൽക്കീഴിൽ എന്തോ ഒന്ന് ചളിഞ്ഞമർന്ന് വഴുതിപ്പരന്നു. പണിക്കർ അറപ്പോടെ കാല് നിലത്ത് അമർത്തിയുരച്ചു. തേച്ചുപരത്തിയ വഴുപ്പിൽനിന്ന് പച്ചത്തീട്ടത്തിന്റെ വാടയുയർന്നു–

"നായിന്റെ മക്കള്–"

തമിഴന്റെ ചിറകൊടിഞ്ഞ രാഗത്തിൽ പണിക്കർക്ക് അരിശം പെരുകി.

"കുന്തം–"

"കുന്തമാ–"

"അല്ലേന്റ്യമ്മേന്റെ–"

പണിക്കരുടെ നാവറ്റത്തുനിന്ന് വീണ നട്ടാൽ പൊടിക്കാത്ത പൊലയാട്ടു പദത്തിൽ തമിഴൻ നിലംപൊത്തിക്കിടന്നു. വഴിനീളെ കാർക്കിച്ചു തുപ്പി പണിക്കർ വലിഞ്ഞുനടന്നു. പാതിരാവിന്റെ വിജന വീഥികളിൽ പണിക്കരുടെ തെറിവചനങ്ങളും ചാരായത്തിന്റെ മണവും ബീഡിപ്പുകയും കൂടിക്കുഴഞ്ഞ് പരന്നുകിടന്നു.

വെങ്കല്ലൂരിൽ സൂര്യനുദിച്ചു.

ഉദിച്ചുയരുന്ന സൂര്യനൊപ്പം ചെങ്കൽ താഴ്‌വാരത്തിലൂടെ ഉണ്യേമയുടെ തലക്കുടവൃത്തവും പൊങ്ങിവരുന്ന കണ്ട് പൊക്കായി കല്ലുവെട്ടാംകുഴിയിൽ പതുങ്ങിയമർന്നു. കരയോരത്ത് പൊക്കായിയുടെ ചീളുകെട്ടിയ ശീമക്കൊന്നക്കമ്പ് കിടക്കുന്നത് കണ്ട് ഉണ്യേമ നിന്നു.

'പൊക്കായീ–'

ഉണ്യേമ വിളിച്ചു.

'ഡാ– പൊക്കായീ.'

ഉണ്യേമയുടെ വിളി കല്ലുവെട്ടാംകുഴിയിലും ഊർന്നിറങ്ങി. അത് പൊക്കായിയുടെ ഉള്ളിൽ പേടിയായി പടർന്നു. കല്ലുവെട്ടാംകുഴിയുടെ നനഞ്ഞ വയറിൽ വയറമർത്തി പൊക്കായിയൊരു പന്നൽപോലെ ചേർന്നുനിന്നു.

വെങ്കല്ലൂരിന്റെ ചരിവുകളിലൂടെ ഉണ്യേമയുടെ ശബ്ദം അകന്നുപോകുന്നത് പൊക്കായി അറിഞ്ഞു. പിന്നെ പൊക്കായി പതുക്കെ കരയിലേക്ക് തലനീട്ടി. അപ്പോൾ പൊക്കായിയുടെ പിൻകഷണ്ടിയിലും സൂര്യൻ തെളിഞ്ഞു.

വക്കുപൊട്ടിയ ചെങ്കൽപ്പടവുകളിൽ കാലമർത്തി, മുക്കിനിവർന്ന്, ഉണ്യേമ പണിക്കരുടെ പറമ്പിൽ കയറി. വടക്കേ കുപ്പയിലെ അഴുകിയ ജൈവാവശിഷ്ടങ്ങളിൽ ചേരട്ടയും പഴുതാരയും ഉണ്യേമയുടെ സാന്നിധ്യമറിഞ്ഞു. അവയ്ക്ക് മുകളിലൂടെ ഇളമഞ്ഞ് പിളർന്ന് പ്രഭാത വെയിൽ നാവ് നീട്ടുകയാണ്. ഉണ്യേമ കുപ്പയിൽ ചവിട്ടാതെ മാറി നടന്ന് കോലായിത്തെമ്പിലിരുന്നു.

"അമ്മാളൂ–"

ഉണ്യേമ വിളിച്ചു.

ജാലക വിടവിലൂടെ ഉണ്യേമയുടെ ശബ്ദം മലയിയുടെ കിടക്കപ്പായിൽ പരതിനിന്നു.

"അമ്മാളൂ–"

ഉണ്യേമ പിന്നെയും വിളിച്ചു. ഉണ്യേമയുടെ വിളിയിൽ പണിക്കരുടെ വാതിൽ കരഞ്ഞു.

"ഇതെന്തൊരൊറക്കാ–ന്റെ മ്മാളൂ."

അമ്മാളുവിനെ കണ്ട ആശ്വാസത്തിൽ ഉണ്യേമ പിറകിലോട്ട്

കൈകുത്തി വെറുംകോലായിൽ മലർന്നിരുന്നു. ഉണ്യേമയുടെ കാഴ്ചപ്പുറത്ത് പിരിയോലകളിളകി. പനങ്കുരലിൽ കടവാതിലുകൾ വട്ടമിടുന്നു. വൃശ്ചികം ധനുമാസത്തിൽ മലയിയുടെ വക പതിവായി ഉണ്യേമയ്ക്ക് ഒരു ചുരുൾ പിരിയോല കിട്ടുന്നതാണ്. അതിനുള്ള കാലമായി വരുന്നു. മടിക്കുത്തിൽ ഞാന്ന് താങ്ങിനിന്ന മുലപൊക്കി ഒക്കത്തെ പാട്ടി പുറത്തെടുത്തു. പാട്ടിയിൽ ആകെ ഉണ്യേമയുടെ മുലഞെട്ടുപോലെ കരിഞ്ഞു ചുരുണ്ട ഒരുതുണ്ട് പുകയിലഞെട്ടുമാത്രം. ഉണ്യേമ മലയിയെ നോക്കി ചിരിച്ചു.

മലയി അകത്തോട്ട് കയറവേ, ഉണ്യേമ പാളിനോക്കി. പിന്നെ ആക്കത്തിലൊര് വടക്കൻ പാട്ടിന്റെ ശീല് പാടി–

പൂമാതെയ് പൊന്നമ്മ പാട്ട്യാട്യാല്
ഏക്കം കൊരമാറും വീക്കം മാറും
മാരനില്ലാ മങ്കക്ക് മാരൻണ്ടാവും–

പടിവാതിൽ കടന്ന് പണിക്കർ വരുന്നകണ്ട് ഉണ്യേമ പാട്ടു നിർത്തി–

ഒരു കാലത്ത് ഈനാട്ടിലെ ആസ്ഥാന വൈദ്യരായിരുന്നു, ഉണ്യേമ. തോളിൽ ഓലക്കുടയും ഞാത്തി വെങ്കല്ലൂര് മൊട്ടപ്പറമ്പു കയറി ഉണ്യേമ വരുന്നതും നോക്കി അന്ന് നാട്ടിലെ പെണ്ണുങ്ങൾ കാത്തിരിക്കുമായിരുന്നു. അവൾക്ക് കൊടുക്കാൻ അവർ കരിഞ്ചായയും കൂട്ടിക്കൊറിക്കാൻ കടല വറുത്തതും വെല്ലവും തേങ്ങാപ്പൂളും കരുതിവയ്ക്കുമായിരുന്നു. ഉണ്യേമയെ അവർക്ക് വിശ്വാസമായിരുന്നു.

ഉണ്യേമയുടെ പൊടി മുലപ്പാലിൽ ചാലിച്ച് മൂന്നുനേരം കൊടുത്താൽ കുഞ്ഞുകുട്ടികളുടെ കൊര മാറും. അവളുടെ നെയ്യ്തൊട്ട് പൊക്കിളിൽ പുരട്ടിയാൽ പള്ളവേദന മാറി കുഞ്ഞുകിടാങ്ങൾ മോണകാട്ടി ചിരിക്കും. അവളുടെ എണ്ണ ധാരപകർന്നാൽ ചിലന്തിപ്പുണ്ണും കരപ്പനും മാറും. മുടികൊഴിച്ചിന് കഞ്ഞണ്ണ്യാദി, നീരെറക്കത്തിന് രാസ്നാദി, കഫക്കെട്ടിന് ത്രിഫലാദി, തൊണ്ടവേദനയ്ക്ക് താലീസപത്രാദി..

എന്നാൽ ഉണ്യേമയുടെ പ്രാധാന്യം ഇതിലൊന്നുമായിരുന്നില്ല; അവരുടെ കൈവശം മറ്റാർക്കുമറിയാത്ത ചില പ്രത്യേക ചികിത്സകളുണ്ടായിരുന്നു. അത് പ്രയോഗിച്ചാൽ കഠിനമായ വെള്ളപോക്കും അസ്ഥാനത്തുള്ള ചൊറിച്ചിലും പുഴുനടപ്പും എല്ലാം മാറും. അതിനുവേണ്ടുന്ന മരുന്നുവകകളെല്ലാം എപ്പോഴും ഉണ്യേമ പാട്ടിയിൽ കരുതുമായിരുന്നു.

എന്നാലിപ്പോൾ ഉണ്യേമ തളർന്നിരിക്കുന്നു; ഉണ്യേമയുടെ കാലം കഴിഞ്ഞിരിക്കുന്നു. ഉണ്യേമയുടെ പാട്ടി ഉണ്യേമയുടെ ചപ്പിയ മുലകൾ പോലെ....

പണ്ട്, ഉണ്യേമയെപ്പോലൊരു പെണ്ണ് ഈ പ്രദേശത്തുണ്ടായിരുന്നില്ലത്രേ. ഉണ്യേമയെ കാണാൻ ഒരു പ്രത്യേക ചന്തമായിരുന്നു. അവൾ

നടക്കുമ്പോൾ തോർത്ത് മറച്ച മാറിടം കുലുങ്ങും; നിറചന്തി തുടിക്കും; മൂർധാവിലെ മുടിക്കെട്ടിൽനിന്ന് കറ്റവാഴത്തൈലത്തിന്റെ മണം വമിക്കും. അവൾക്ക് മൂത്ത എള്ളിന്റെ നിറവും മുട്ടനാടിന്റെ പ്രസരിപ്പുമായിരുന്നു....

അങ്ങനെ ഉണ്യേമ പ്രകാശം പരത്തിനടന്ന കാലത്താണ് അവളെ കണ്ടുകൊതിച്ച് പെരിന്തൽമണ്ണക്കാരനൊര് പൊലീസുകാരൻ കല്യാണം കഴിച്ചത്. കാഴ്ചയിലൊരു പരമ യോഗ്യൻ. ഉണ്യേമയെ കോരിക്കുടിച്ച് ദാഹം ശമിപ്പിച്ചുവന്ന കാലത്താണ് പരമയോഗ്യന് എവിടെയെല്ലാമോ വേറെയും പെണ്ണും പിടക്കോഴിയുമൊക്കെ ഉണ്ടെന്നറിഞ്ഞത്. ഈ അറിവ് എത്തുമ്പോഴേക്കും ഉണ്യേമക്ക് അഞ്ചുമാസം കഴിഞ്ഞുപോയിരുന്നു.

അതോടെ ഇരുചെവിയറിയാതെ പൊലീസുകാരൻ കടന്നുകളഞ്ഞു. അയാളെക്കുറിച്ചന്വേഷിക്കാൻ ചെന്ന ഗുരിക്കളെ ഇൻസ്പെക്ടർ ലോക്കപ്പിലടച്ചു. അതറിഞ്ഞ് സ്റ്റേഷനിലേക്ക് കുതിച്ച സഖാക്കളെ കണ്ട് ഇൻസ്പെക്ടർ ലോക്കപ്പ്മുറിയും തുറന്നിട്ട് പിന്നാമ്പുറത്തുകൂടെ തടിതപ്പി. അങ്ങനെ ഒരിക്കൽക്കൂടി ഗുരിക്കളോടുള്ള സ്നേഹം നാട്ടുകാർ തെളിയിച്ചുകൊടുത്തു. അതുകഴിഞ്ഞ് പാർട്ടി നിരോധിച്ചപ്പോൾ ഗുരിക്കൾ പിന്നെയും ഒളിവിൽ പോയത് മറ്റൊരു ചരിത്രം.

അങ്ങനെ ഒൻപതാം മാസത്തിൽ ഉണ്യേമ പെറ്റു. പെറ്റുവീണത് ചാപിള്ളയായതുകൊണ്ട് ഉണ്യേമയുടെ ജന്മഭാരം കുറഞ്ഞു.

ഉണ്യേമ ഉണങ്ങിയ പുകയിലഞെട്ട് ഞരടി വായിലിട്ടു. പണിക്കരുടെ വീടിന്റെ നടുമുറ്റത്ത് പിടക്കോഴി തൂറി– 'പ്ലൂം.'

എനക്ക് ള്ളെ ഒര് ചുരുള് പിരിയോല.. മറന്ന്വോ അല്ലേന്റ്യേമ്മാളൂ –''

ഉണ്യേമ ഓലക്കുട കൈയിലെടുത്തു.

"കണ്ടില്ലേ, മോളേ, ഇതാകെ പൊളിഞ്ഞ് തൂങ്ങിപ്പോയി."

ഉണ്യേമയുടെ വാക്കിലും ഭാവത്തിലുമെല്ലാം ദാരിദ്ര്യത്തിന്റെ പ്രകടമായ നിഴലാട്ടമുണ്ട്. ഉണ്യേമ തീർത്തും ദരിദ്രയായിക്കഴിഞ്ഞിരിക്കുന്നു.

"എങ്ങോട്ടാ."

മലയി ചോദിച്ചു.

"ഒന്ന് ഗുരിക്കളെ കാണണം."

''ഗുരിക്കളെ കാണ്വാനിനി കടോത്ത് വെരെ പോണ്ടേ?''

"നോക്കട്ടെ, മോളേ. ചെലപ്പോ പൊരേല്ണ്ടെങ്ക്ലോ–'

കടവിലേക്ക് ഏറെ നടക്കാനുണ്ട്. അതാലോചിക്കുമ്പോൾ ഉണ്യേമയുടെ മനസ്സ് പതറുന്നു.

"ഇരിക്കീം–ലേശം കരിഞ്ചായ്യേം കുടിച്ച് പോയിക്കോളീം–"

"ബേണ്ട മ്മാളൂ. ഞാം ഗുരിക്കളേം കണ്ട് ബെരട്ടെ."

ഉണ്യേമ ഒരുകീറ് വെറ്റില മുറുക്കി, പുകയിലഞെട്ട് ഒരിക്കൽകൂടി മോണയിൽ തിരുകി.

ഉണ്യേമ കോണിയിറങ്ങുന്നതും നോക്കി വടക്കേപ്പുറമ്പിൽ നിന്ന് ബിയ്യാത്തുമ്മ മൂരി നിവർന്നു.

പൂക്കോട്ട്താഴ വയലിലൂടെ നടന്ന് കൈക്കണ്ടവും കടന്ന് തെങ്ങുപാലത്തിനരികിൽ ഉണ്യേമ നിന്നു. ദൂരെ ആരോ നടന്നുവരുന്നുണ്ട്.

"ആരാ?"

"ഞാനാ, ഉണ്യേമ്മേ."

"ഞാനെന്ന് പറഞ്ഞാ–പ്പേരില്ലേ; ഡാ."

ഉണ്യേമയുടെ ശാസനകേട്ട് ശ്രീധരൻ ചിരിച്ചു.

"ഉണ്യേമക്കെങ്ങോട്ടാ പോണേ്?"

"എനക്കൊന്ന് ഗുരിക്കളെ കാണണം, മെനേ."

"എന്നാ ബെരീം. ഞാങ്കുരിക്കളെ മോന്തന്ന്യാ; ശ്രീധരൻ."

പൊടുന്നനെ ഉണ്യേമ നീങ്ങിനിന്ന് ശ്രീധരന്റെ മുഖത്ത് കൗതുകത്തോടെ നോക്കി. എന്നിട്ട് ചന്തിക്ക് സന്തോഷത്തോടെ ഒര് വീക്ക് കൊടുത്തു.

"എഡാ; ഇഞ്ഞ്യെന്റെ കൈയൊന്ന് പിടിക്കെഡാ... ഞാനെത്തര നേരായീന്നറിയോ, ഒര് കൈസഹായത്തിന് കാത്ത് നിക്ക്ന്ന്...'

തെങ്ങുപാലത്തിൽ ഉണ്യേമയുടെ കൈകാലുകൾ വിറയ്ക്കുന്നത് ശ്രീധരനറിയുന്നു.

"ഉണ്യേമ എന്തിനാ ഈ വയസുകാലത്തിങ്ങനെ..."

ശ്രീധരന്റെ സ്നേഹശാസനയിൽ തോട്ടുവക്കിലെ നനഞ്ഞ നടപ്പാതയിൽ ഉണ്യേമ നിന്നു. പിന്നെ തോർത്തുകൊണ്ട് മുഖം തുടച്ച് ഉണ്യേമ നടന്നു. നടത്തയിൽ ഉണ്യേമ പറഞ്ഞു:

"ഈ ഉണ്യേമക്ക് ഇത്തര്യൊന്നും ആയുസ്സ്മേണ്ടാഞ്ഞി, മോനേ–"

"ഒരുപാട് അനുഭവിച്ച്; തോന സഹിച്ച്. ബെയ്ലും മയേം ഗൗനിക്കാണ്ട് ഇന്നാട്ടില് മുയുവനും അലഞ്ഞ് നടന്ന്.... ഉണ്യേമക്ക് ജന്മം ഒരു ശാപേനും– മോനേ..."

തോട്ടുവക്കിലെ കൈതക്കാട്ടിൽ പതിയെ കരഞ്ഞ് മറയുന്ന കുളക്കോഴികളെ നോക്കി ശ്രീധരൻ നടത്തത്തിന് വേഗം കുറച്ചു.

"താലോലിക്കാനും ബാക്കിവെക്കാനും ആയിറ്റ് ഈ ഉണ്യേമക്ക് ദൈവം ഒന്നും തന്നില്ല– മോനേ."

അടിവയറിന്റെ തുടിപ്പുകളിൽ എപ്പോഴൊക്കെയോ അപമാനത്തിന്റെ വേദനയറിഞ്ഞ് അകാലത്തിൽ വിടപറഞ്ഞ് ഗർഭപാത്രത്തിനുള്ളിൽത്തന്നെ ചരമം പ്രാപിച്ച കുഞ്ഞിനെക്കുറിച്ചുള്ള ദുഃഖം ഈ നിസ്സഹായ വാർധക്യത്തിൽ ഉണ്യേമയെ വേട്ടയാടുന്നപോലെ.

# 2

# ഒളിവുജീവിതത്തിന്റെ ഓർമ

**ക**ിണ്ടിവെള്ളംകൊണ്ട് കൊപ്ലിച്ച്, ബാക്കി ശൗചൃത്തിന് കരുതി വച്ച് ബീഡിയും കത്തിച്ച് പണിക്കർ പൊറായിക്ക് വെളിമ്പറമ്പിലേക്ക് നടന്നു. പണിക്കർ പോകുന്നതും കണ്ടുകൊണ്ട് ബിയ്യാത്തുമ്മ മുറ്റത്ത് നിന്നു.

ബിയ്യാത്തുമ്മയുടെ മകൻ അന്ത്രുമ്മാന്റെ കുഞ്ഞിന് വയറിന് സുഖമില്ല. അജീർണമോ കൊതിയോ എന്തോ, ഇന്നലെ പാതിരമുതൽ കുട്ടി ഇടവിട്ട് ഇടവിട്ടുണർന്ന് കരയുകയും കോരിയൊഴിക്കുന്ന പോലെ വയറിൽനിന്ന് ഒലിച്ചുപോവുകയും ചെയ്യുന്നു.

"തീട്ടം കണ്ടാല് കരികലക്കിവെച്ചപോലെണ്ട–മ്മാളൂ." വായിലെ മുറുക്കാൻ ചണ്ടി അമർത്തിവെച്ച് വലിച്ച് വെള്ളമിറക്കി ബിയ്യാത്തുമ്മ തുടരുകയാണ്–

"കണ്ണ്ക്കണ്ടതെല്ലാം ബായിക്കൊണ്ടോന്നേ പ്രായേല്ലേ–മ്മാളൂ. തേളൂന്ന് ണ്ടോ; ചേരട്ടാന്ന്ണ്ടോ. എന്ത് കിട്ട്യാലും നേരെ ബായിലെത്തും."

ബിയ്യാത്തുമ്മ വെറ്റിലച്ചണ്ടി പൂക്കുറ്റിപോലെ തുപ്പി ചുണ്ടു തുടച്ചു.

"ഓളാണെങ്കല് മുടീം കോതി പിന്നുംകുത്തി മയിലാഞ്ചീം പെരട്ടി അങ്ങനിരിക്കും... അന്തുറുമ്മാനെന്താ ബ്ളിച്ച് പറയാണ്ടും അറീക്കാണ്ടും കാരി ബെര്വോ?"

മന്ത്രിച്ചൂതി വാങ്ങാനുള്ള കുരുമുളക് പൊടിച്ചതും ചുവന്നുള്ളിയും കൽക്കണ്ടിയും ഇലപ്പാറലിൽ കരുതിയത് ബെഞ്ചിൽ വച്ച് ബിയ്യാത്തുമ്മ കോലായിത്തെമ്പിലിരുന്നു.

"ഞമ്മളെ പൊരക്ക് ഈറ്റാ പ്പത്രാസ്സും മൊഞ്ചും ഹൂറി ചമേലും ഒന്നും പറ്റൂല്ലേ, ന്റ മ്മാളൂ."

പണ്ട്, പത്തിരുപത്തേഴ്കൊല്ലം മുമ്പ്; അമ്മാളു ഓർക്കുന്നു.

ഈ ബിയ്യാത്തുമ്മ അയമ്മദൂട്ടി മാപ്പിളയുടെ വീടരായി വടക്കേപ്പറമ്പിലേക്ക് കയറിവന്ന കാഴ്ച. അന്ന് ബിയ്യാത്തുമ്മക്ക് നിലാവിന്റെ നിറം, മാതളപ്പൂവ് വിരിഞ്ഞത് പോലുള്ള മുഖം. കുപ്പായം നിറഞ്ഞ് ഇളകുന്ന മുലകൾ, കൈതപ്പൂന്തണ്ട്പോലെ കൈത്തണ്ടകൾ, നഖത്തിലും കൈപ്പത്തിയിലും മയിലാഞ്ചിച്ചുവപ്പ്, പെണ്ണിന്റെ കാതിൽ പൊന്നലിക്കത്ത്. തലയിൽ മിന്നാസ്‌വച്ച തട്ടം. റങ്കൂൺ മുണ്ട്, മുണ്ടിനുമുകളിൽ വെള്ളിയരപ്പട്ട.

അവൾ നടക്കുമ്പോൾ അരക്കെട്ട് തുടിച്ചു. പെണ്ണ് ഞൊടിയുമ്പോൾ കിങ്ങിണികിലുങ്ങി. അവളുടെ വഴികളിൽ അത്തറിന്റെ മണം പരന്നു.

ആ ബിയ്യാത്തുമ്മയാണ് ഇപ്പോൾ മകന്റെ ഭാര്യയെ...

പോരെങ്കിൽ അന്നത്തെ ആ അയമ്മദൂട്ടി മാപ്പിളയുടെ അവസ്ഥ യാണോ, മകൻ അന്തുറുമ്മാന്റേത്.... അവന് വെച്ചടിവെച്ചടി കയറ്റം. നാട് നിറയെ സ്വത്തും പെട്ടിനിറച്ച് പണവും....

ശൗച്യം ചെയ്ത് കോണകം വലിച്ചു മുറുക്കി പണിക്കർ കോലായിൽ കയറി.

“അമ്മേ, ഭഗവതീ, ദേവീ, രക്ഷിക്കണേ–” പണിക്കർ അർഘ്യം കൈയിലെടുത്തു.

ഓം–നമോ ഭഗവതോ–

തലമുറകളിലൂടെ തന്നിലേക്ക് കൈമാറിയെത്തിയ ദിവ്യമന്ത്രാക്ഷരി–

ദേവദേവേന്ദ്ര ഗണങ്ങളാൽ അനുഗ്രഹിക്കപ്പെട്ടത്–

ദേവീ–

ചെങ്കരാജാവിന്റെ നാവും ജനകരാജാവിന്റെ നാവും ചെങ്കീരി നാവും ചെമ്പോത്തിൻ നാവും–

നോക്കിക്കൊതിയൂറിയവന്റെ കണ്ണും ഞൊടിഞ്ഞു പറഞ്ഞവന്റെ വരവും–

പണിക്കരുടെ ജപമന്ത്രം പൊടുന്നനെ കയറുപൊട്ടി വീണതുപോലെ അവരോഹണം പ്രാപിച്ചു. അത് അതിസൂക്ഷ്മമായ ദലമർമരംപോലെ. അതിന്റെ അവ്യക്ത ശ്രേണികളിലൂടെ ഒരു കോട്ടുവാ നെടുകെ പിളർന്നു കയറി. ദൈവ പ്രതിപുരുഷന്റെ മന്ത്രഫലസിദ്ധി കണ്ട് മലയി പ്രാർഥിച്ചു: “ദേവീ”.

ഉത്തരത്തിൽ പല്ലി ചിലച്ചു.

“ഉരിയാടാണ്ടും പറയാണ്ടും കൊണ്ട്വോയി ക്കൊഡ് ക്കീം–”

പണിക്കർ തോർത്ത് മടക്കി വീശി നെഞ്ചിലെ വിയർപ്പാറ്റി. ബിയ്യാത്തുമ്മ ഉടുമുണ്ടിന്റെ കോന്തലക്കെട്ടിൽനിന്ന് തിളങ്ങുന്ന ഒരു രണ്ടു രൂപ നാണയം ബെഞ്ചിൽ വച്ചു. വടക്കേ കോലായിൽ പൂച്ച കരഞ്ഞു: “ങ്ങ്യാവൂ.”

“രണ്ടുറുപ്യ–” മലയി അമർഷം പൂണ്ടു.

“സാരോല്ല–മ്മാളൂ.”

പണിക്കരെഴുന്നേറ്റു.

“പിച്ചക്കാറക്ക് കൊടുക്ക്ന്ന പോല്യാ–”

“അങ്ങന്യൊന്നും ബിജാരിക്കണ്ടാ... ഒക്ക്യൊര് ദക്ഷിണ്യായിറ്റ് കണ്ടാ മതി. അപ്പോ– അപമാനം തോന്നൂല്ലാ.”

ഉത്തരത്തിൽ പിന്നെയും പല്ലി ചിലയ്ക്കുന്നു.

**നോ**ക്കിനോക്കി നിൽക്കവേയാണ് ബിയ്യാത്തുമ്മാന്റെ വീട്ടിലെ സ്ഥിതി മാറി വന്നത്. പത്തു കൊല്ലംകൊണ്ടാണ് അന്തുറുമ്മാൻ പണക്കാരനായത്.

പണിക്കരോർക്കുന്നു:

നിറംമങ്ങിയ നീല നങ്കീസ് മാലിൽ കിണ്ണം കിണ്ടി കോളാമ്പി തൂക്കുവിളക്ക് നിലവിളക്ക് കെട്ടി തലയിൽവച്ച് കുപ്പായക്കോളറിൽ ഇരുമ്പുകാലുള്ള റങ്കൂൺ കുട ഞാത്തി ഇടവഴിപെരുവഴികളിലൂടെ അയമ്മദൂട്ടി മാപ്പിള കച്ചവടത്തിനിറങ്ങി നടക്കുമായിരുന്നു.

"ക്ണ്ണം ക്ണ്ടി കോളാമ്പി മേണോ?"

അയമ്മദൂട്ടി മാപ്പിളയുടെ വിളി സൗമ്യ ശ്രേണിയിൽ വലിയവീടുകളുടെ അകത്തളങ്ങളിൽ പ്രതിധ്വനിക്കുമായിരുന്നു. അങ്ങനെ പഴയ ഓട്ടു സാധനങ്ങൾ വാങ്ങിയും പുതിയത് കച്ചവടം ചെയ്തും കഷ്ടിമുഷ്ടി കഴിഞ്ഞുകൂടുന്ന കാലത്താണ് മകൻ അന്തുറുമ്മാൻ ഇരുചെവിയറിയാതെ ദുബായിലേക്ക് കടന്നത്. വിസയും രേഖകളുമില്ലാതെ ദുബായിലിറങ്ങിയ അന്തുറുമ്മാനെ പൊലീസ് കൈയോടെ പിടിച്ചു. പിന്നെ ഒന്നരവർഷം കഴിഞ്ഞാണ് അന്തുറുമ്മാൻ നാട്ടിൽ തിരിച്ചെത്തിയത്.

തിരിച്ചെത്തുമ്പോൾ, അന്ത്രുമ്മാൻ, പോയതിന്റെ പാതി തടി ഉണ്ടായിരുന്നില്ല. അവന്റെ കവിളെല്ലുകൾ തള്ളിയും മിഴികൾ കുഴിയിൽ അമർന്നും താടി രോമങ്ങൾ വളർന്നും.... അവൻ പപ്രച്ഛനും ഏറെ പരിക്ഷീണനുമായിരുന്നു.

അവനാരോടും ഉരിയാടില്ല; കിടപ്പായിൽ നിന്നെഴുന്നേറ്റില്ല; ആരൊക്കെ നിർബന്ധിച്ചിട്ടും അവൻ പഴയപോലെ മുട്ടക്കച്ചവടത്തിനും ഇറങ്ങിയില്ല.

മകന്റെ ഇരിപ്പും കെടപ്പുംകണ്ട് അയമ്മദൂട്ടി മാപ്പിളക്ക് സങ്കടം സഹിക്ക വയ്യാതായി. ഒരുനാൾ അയാൾ മകന്റെ പഴയ മുട്ടക്കുട്ടയെടുത്ത് തലയിൽ വച്ചുകൊടുത്തിട്ട് പറഞ്ഞു:

"മുദാസീങ്ങളേം ബദരീങ്ങളേം മനസില് ബിജാരിച്ച് പയേ കച്ചോടം നടത്തി ബാ മോനേ. ഇന്നക്കാണാഞ്ഞിറ്റ് പയേ കോയ്യ്യേക്ക് സങ്കടം പെർത്തിക്ക്ണ്ടാ ഉം. ചെല്ല്; നല്ല കാല്ബെച്ച് എറങ്ങിച്ചെല്ല്...."

അന്ത്രുമ്മാൻ കുട്ടയും തലയിൽവച്ച് ഇറങ്ങിനടന്നു.

"മുട്ടേണ്ടോ; കോയിമുട്ടാ–"

അന്ത്രുമ്മാന്റെ വിളിക്ക് പഴയ ആക്കവും ശക്തിയുമുണ്ടായില്ല. അവന്റെ വിളികേൾക്കവേ മുട്ടക്കോഴികൾ ഒന്ന് തലയുയർത്തി നോക്കിയതുപോലുമില്ല. അകത്തെ ചയപ്പുകളിൽ മുട്ടയിടാൻ രാവിക്കുറുകിച്ചെന്ന കോഴികൾ അന്ത്രുമ്മാൻ കയറിവന്ന് ചന്തിപൊന്തിച്ച് നോക്കുമെന്ന് ഭയന്നില്ല...

അങ്ങനെ നിരാശനായി അന്ത്രുമ്മാൻ രണ്ടാമതും ഗർഫിലേക്ക് കടക്കാനുള്ള ശ്രമമാണെന്നറിഞ്ഞ കോയിക്കര ഹാജ്യാര് ആളയച്ച് അവനെ വരുത്തിച്ചു–

"ബളഞ്ഞ ബയിക്ക് അക്കരക്കടക്കാന്നോക്കാണ്ട് നേരായ മാറ്ക്കത്തില് ചെന്ന് പറ്റാന്നോക്ക്–ന്റെ അന്തുറുമ്മാനേ–! അല്ലാണ്ട് അറബീന്റെ ജെയില്ല്ക്കെഡന്ന് ബെറുതേ അയിയെണ്ണ്വാന്നോക്കണോ–"

അങ്ങനെ കോയിക്കരെ ഹാജിയാരുടെ കൃപകൊണ്ട് അക്കരക്കട ന്നവനാണ് അന്ത്രുമ്മാൻ. അവൻ പിന്നെ ആറരക്കൊല്ലം കഴിഞ്ഞാണ് നാട്ടിൽ വന്നത്. അപ്പോഴേക്കും ഹാജിയാര് മരിച്ചുപോയിരുന്നു. ആറര ക്കൊല്ലം കഴിഞ്ഞ് കണ്ട മകനോട് അന്ന് അയമ്മദൂട്ടി മാപ്പിള ആദ്യം പറഞ്ഞു:

"ഞാം മയ്യത്തായിറ്റ് ഇഞ്ഞി ബന്നിക്കില്ലേങ്കിലും ആയ്യ്യാറ് മയ്യത്താ യീന്ന് കേട്ടേരം ഇഞ്ഞി ഓഡിബെരണ്ടതേന്വെഡാ, അമ്യ്ക്കേ–"

ആ അയമ്മദൂട്ടി മാപ്പിളയുടെ മനശ്ശുദ്ധിയും സത്യസന്ധതയും എന്തു കൊണ്ടോ വടക്കേ പറമ്പത്തെ വീട്ടിൽ മറ്റാർക്കും കിട്ടാതെപോയി.

ചിനുങ്ങി നടക്കുന്ന കോഴിക്കുഞ്ഞുങ്ങളെ നോക്കി പണിക്കർ എഴു ന്നേറ്റ് കിണറ്റിൻ കരയിലേക്ക് നടന്നു.

**കോ**ലായിത്തെമ്പിൽ ഒരുവശം ചേർന്ന് ചരിഞ്ഞിരുന്ന് ഉണ്യേമ പ്രാതൽ കഴിക്കുന്നതും നോക്കി ഗുരിക്കൾ ബെഞ്ചിലിരുന്നു.

"സാദ്ക്കള്ടെ ഗേർമ്മേണ്ട് ബന്നാലേ സാദുക്കക്ക് കയിഞ്ഞ് കൂടാ നാവൂ–ന്റെ ഗുരിക്കളേ."

അഞ്ച് കൊല്ലം മുമ്പുവരെ മുടങ്ങാതെ കിട്ടിക്കൊണ്ടിരുന്ന വാർധക്യ കാല പെൻഷൻ കിട്ടാതെ പോകുന്നതിന്റെ ബുദ്ധിമുട്ട് ഉണ്യേമയെപ്പോ ലെ അനേകം നിർധന വൃദ്ധകൾ അനുഭവിച്ചുവരികയാണെന്ന് ഗുരിക്കൾ തിരിച്ചറിയുന്നുണ്ട്. പ്രതിബദ്ധതയില്ലാത്ത രാഷ്ട്രീയ നേതൃത്വ ത്തിനെ ഭരണം ഏൽപ്പിക്കുന്നത് ദുരിതം വിതയ്ക്കുന്ന കുറ്റമാണെന്ന് തിരിച്ചറിഞ്ഞ യൗവനം... പിന്നീട് ജീവിതത്തിൽ വിശ്രമമുണ്ടായിരുന്നില്ല.

അന്ന് നാടരിച്ച് പൊലീസ് നിരങ്ങിയ കാലത്ത് ഈ ഉണ്യേമയായി രുന്നു ഗുരിക്കൾക്ക് അഭയം നൽകിയത്. അന്ന് ഉണ്യേമയ്ക്ക് പൊലീ സുകാരന്റെ ഭാര്യ എന്ന പരിഗണനയുണ്ടായിരുന്നു. ആ പരിഗണനയു ടെ മറവിൽ ഉണ്യേമ ഗുരിക്കൾക്ക് കഞ്ഞിയും കപ്പയും വച്ചുകൊടുത്തു. തേച്ചുകുളിക്കാൻ എണ്ണയും ഈഞ്ചയും കൊടുത്തു. കിടന്നുറങ്ങാൻ ഉണ്യേമ അച്ചിപ്പായ് കരുതിവച്ചു... പനന്തോടിത്താഴെ വയലിന്റെ വിശാ ലതയിൽ എവിടെയെങ്കിലും ഒരു ആൾരൂപം തെളിഞ്ഞാൽ ഉണ്യേമ പറയും:

"അച്ചിപ്പായും എഡ്ത്ത് അട്ടത്ത് കാരിക്കെഡന്നോ, ന്റെ കുട്ട്യേ–"

പിന്നെ കുഴപ്പമില്ലെന്ന് ഉറപ്പായിക്കഴിയുമ്പോൾ ഉണ്യേമ തുടരും:

"ആരെങ്കിലും കാണ്വോ, ഒറ്റിക്കൊഡ്ക്ക്വോ ചെയ്താല് ഓലിന്റെ എല്ല് നുറുക്കിക്കഷായം വെക്കൂല്ല്യേ, കുട്ട്യേ. പിന്നെ ഈ ഉണ്യേമ ഈ ചെയ്തേനൊക്കെ എന്താ ഒര് പുണ്യം ! പിന്ന ഇയ്യുണ്യേമ ജീവിച്ചി റ്റെന്താ കാര്യം–"

അന്തിനേരത്ത് പെരിന്തൽമണ്ണക്കാരൻ പൊലീസെങ്ങാനും കാമവെറി യുമായി നാട്ടുകാരെ വെട്ടിച്ച് കയറിവന്നാലോ, എന്ന പേടിയിൽ ഉണ്യേമ കാട്ടുവള്ളിപ്പടർപ്പിൽ ഏറുമാടം കെട്ടി ഗുരിക്കളെ കിടത്തി. പിന്നെയൊരു

സായാഹ്നത്തിൽ വഴി പോക്കനായി വന്ന ഏതോ ഒരു സഖാവ് ഏൽപ്പിച്ചുപോയ കത്തിലെ സൂചനവച്ച് ഗുരിക്കൾ താവളം മാറ്റാൻ തീരുമാനിച്ചപ്പോൾ ഉണ്യേമ വാവിട്ടു കരഞ്ഞു.

ആ പോക്കിലായിരുന്നു ഗുരിക്കൾ ചാനിയംകടവ് നീന്തിക്കടന്ന് എരവട്ടൂര് ഒരു വൈദ്യരുടെ വീട്ടിൽ ഒളിവുജീവിതം തുടർന്നത്. പിന്നാലെ മണത്തറിഞ്ഞെത്തിയ പൊലീസുകാർ പുഴയോരം മുഴുവൻ അരിച്ചുപെറുക്കി തിരിച്ചുപോവുകയായിരുന്നു.

"ഭരണോക്കെ മാറീല്ലേ–ണ്യേമേ. ഇനീപ്പോ ക്ട്ടാന്ള്ളതെല്ലാം ക്ട്ടും. അക്കൂട്ടത്തില് ഉണ്യേമേടെ പെൻഷനും വെരും. ഞാനതൊന്നമ്പേഷിക്കട്ടേ."

ഉണ്യേമ ഗുരിക്കളുടെ മുഖത്ത് പ്രതീക്ഷയോടെ നോക്കിയിരുന്നു. പിന്നെ വെറും കോലായിൽ ചരിഞ്ഞു കിടന്നു. അത് കാൺകെ ഗുരിക്കളുടെ കണ്ണു നിറഞ്ഞു.

# 3

# സ്ഥലംനോക്കാൻ വന്ന സംഘം

**വെ**യിൽ ചാഞ്ഞു. വെങ്കല്ലൂരിന്റെ തിളച്ച പ്രതലങ്ങളിലൂടെ തണുത്ത കാറ്റുവീശി. തളർന്നു ചരിഞ്ഞ വെയിൽനാളങ്ങളിൽ ചവുട്ടി പണിക്കർ നടന്നു.

പണിക്കർക്ക് മുമ്പിൽ മൊട്ടക്കുന്നിലെ കാക്കപ്പൊന്ന് തിളങ്ങി. പണ്ട് പുതിയങ്ങാടിയിൽ കുറത്തിയാട്ടം കളിക്കാൻ വന്ന പെൺകുട്ടികൾ ഈ കാക്കപ്പൊന്നിന്റെ അടരുകൾ പൊളിച്ചെടുത്ത് പൊടിച്ച് മുഖത്ത് പുരട്ടിയിരുന്നു. രാത്രിയിലത് തിളങ്ങുന്ന നക്ഷത്രരേണുക്കളായി പെട്രോമാക്സിന്റെ വെളിച്ചത്തിൽ പുനർജനിച്ചു. കുറത്തിയാടിയ കറുത്ത പെൺകുട്ടികൾ, മുഖം വിളക്കിന് നേരെ പിടിക്കാൻ മനസിരുത്തി. അവരുടെ ചുവടുകളിലും ചേഷ്ടകളിലും വർധിതമായ ആത്മവിശ്വാസം വിടർത്തിക്കൊണ്ട് അഭ്രരേണുക്കൾ സൂചിമുനകളായി മുഖചർമത്തിൽ കുത്തിനിന്നു. അതിന്റെ രതിനിർവൃതിയിൽ അവർ ടെന്റുകളിൽ കിടന്നുറങ്ങി.

അതുകഴിഞ്ഞായിരുന്നു രണ്ട് സായിപ്പുമാരും ഒരു മദാമ്മയും വെങ്കല്ലൂര് കാക്കപ്പൊന്നിനെക്കുറിച്ച് പഠിക്കാൻ വന്നത്. അന്നാണ് പണിക്കർ ആദ്യമായി സായിപ്പിനെയും മദാമ്മയെയും കാണുന്നത്. മദാമ്മക്ക് സായിപ്പോളംതന്നെ പൊക്കമുണ്ട്. മദാമ്മയുടെ കക്ഷത്ത് ചെമ്മണ്ണിന്റെ നിറമുള്ള വൃത്തികെട്ട രോമം. മദാമ്മയുടെ മുടിക്ക് അങ്കവാലിന്റെ വലിപ്പമേയുള്ളൂ. മദാമ്മ കുനിയുമ്പോൾ അയഞ്ഞ ബനിയൻകണക്കുള്ള കുപ്പായക്കഴുത്തിലൂടെ റബർപന്തിന്റെ വലിപ്പത്തിൽ.....

മദാമ്മ കുനിഞ്ഞ് കാക്കപ്പൊന്ന് പൊളിച്ച് പ്ലാസ്റ്റിക്ക് കൂടുകളിലാ

ക്കുന്നത് പണിക്കർ ആർത്തിയോടെ നോക്കിനിന്നു.

"ഇമ്മദാമ്മമാറക്ക് ഒര് സുന്നരോ-ല്ല", പണിക്കർ പറഞ്ഞു. "ഓളേക്കാളും സുന്നരം മ്മളെ പെണ്ണ്ങ്ങക്കാ"

അഭ്രപാളികൾ ശേഖരിച്ച് തിരിച്ച് പുറപ്പെട്ട സായിപ്പുമാർ റജിസ്ട്രാപ്പീസിന് മുമ്പിലെ സമരക്കാരെയും പൊലീസിനെയും കണ്ട് ജീപ്പ് നിർത്തിച്ചു. സായിപ്പുമാരെ കണ്ട സമരക്കാർ അവരവരുടെ കൊടികളുയർത്തി വീശി സായിപ്പുമാർക്കുനേരെ കാറി വിളിച്ചു.

'അങ്കമാലിക്കല്ലറയിൽ..."

മുദ്രാവാക്യംവിളിയുടെ മൂർധന്യത്തിൽ പൊലീസ് സമരക്കാരെ എഴുന്നേൽപ്പിച്ചു. അനുസരണയുള്ള സമരഭടന്മാർ കുട്ടികളെപ്പോലെ ഒറ്റവരിയിൽ നടന്നു. നടത്തത്തിൽ അവർ ജീവമന്ത്രംപോലെ ഉരുവിട്ടുകൊണ്ടിരുന്നു:

"അങ്കമാലിക്കല്ലറയിൽ നമ്മുടെ സോദരിയുണ്ടെങ്കിൽ-അക്കല്ലറയാണേ കട്ടായം...."

മദാമ്മ സമരക്കാരുടെ ഫോട്ടോ എടുത്തു. അതോടെ മുദ്രാവാക്യം വിളിയുടെ ഊക്കുകൂടി. സായിപ്പിന്റെ ക്യാമറകളിലെ ഞെക്കു വിളക്ക് തെളിയുന്നതും നോക്കി അവർ മത്സരിച്ചു മുഖംകാണിക്കാൻ തിരക്കി നിന്നു. അവർ വിളിച്ചു:

"അങ്കമാലിക്കല്ലറയിൽ ഞങ്ങടെ സോദരിയുണ്ടെങ്കിൽ..."

കമ്പിവലയിട്ട കറുത്ത വാഹനം മീൻചാപ്പമുക്ക് തിരിഞ്ഞ് മറഞ്ഞപ്പോൾ സായ്പ്പ് പറഞ്ഞു:

"ഫൂൾസ്!"

പണിക്കർ വെങ്കല്ലൂരിന്റെ ചരിവിറങ്ങി. ഇനി വയലാണ്. വയലിലൂടെ നേരെ നടന്നാൽ ചെറിയ മയ്യണ്ണൂരെത്താം. അവിടെ പണിക്കർക്കിന്നൊരു ചെറിയ മന്ത്രവാദമുണ്ട്.

"പണിക്കറേ-" പുറകിൽനിന്ന് പൊക്കായി വിളിച്ചു.

പൊക്കായിയുടെ വിളികേട്ട് പണിക്കർ നിന്നു.

"ഒര് ബയിക്കെറങ്ങുമ്പം ബയ്യീന്ന് ബ്ളിക്കാണ്ടിരുന്നുഡേ, ന്റെപൊക്കായീ, ഇനിക്ക്-"

പൊക്കായി ഒന്നും മിണ്ടാതെ പണിക്കരോടൊപ്പം നടന്നു.

വേങ്ങാളി തോടിന്റെ കരയിൽ പണിക്കരും പൊക്കായിയും നിന്നു.

"ഇങ്ങള് ബിജാരിച്ചാലെന്റെ സൂക്കേഡ് മാറ്റിത്തെരാമ്പറ്റ്വോ, പണിക്കറേ?" പൊക്കായി ചോദിച്ചു.

പൊക്കായിയുടെ ചോദ്യത്തിന് മുമ്പിൽ പണിക്കർ വിയർത്തു...

പണ്ട് പൊക്കായിയെ കോഴിക്കോട്ട് കൊണ്ടുപോയി ചികിത്സിച്ച കാലം പൊടുന്നനെ പണിക്കരോർത്തു. അത് പൊക്കായി കുഞ്ഞിമ്മാതയെ കല്യാണം കഴിച്ച് പുതിയങ്ങാടിയിലിറങ്ങിയ കാലത്തായിരുന്നു. അന്ന് നാട്ടുകാർ പിരിവെടുത്തായിരുന്നു പൊക്കായിയെ ചികിത്സിക്കാൻ കൊണ്ടു

ചേർത്ത് താഴേക്ക് ചെന്നു–

"മുട്ടോളം ബെള്ളത്തില് മുങ്ങിക്കപ്പെലോഡി
പൊയ്യല്ല, നാട്ടാരേ, ഞാമ്പോയി...''

"മ്ണ്ടാണ്ടിരിക്ക് പൊക്കായ്യ്യേട്ടാ."

ചെത്തുകാരൻ കുഞ്ഞ്യേക്കന്റെ ശാസനയിൽ പൊക്കായി പാട്ടു നിർത്തി. പൊക്കായിയുടെ കാലിലെ താളം പൊളിഞ്ഞു.

"ഇന്റെ പെരാന്ത് ഇപ്പളും മാറീക്കില്ലേ, പൊക്കായ്യേ?"

വന്നയാൾ പൊക്കായിയെ തിരിച്ചറിഞ്ഞിരിക്കുന്നു. പൊക്കായി അഭിമാനത്തോടെ അങ്കവടി ഉയർത്തി. എന്നിട്ട് അടുത്തേക്ക് ചെന്ന് ചോദിച്ചു:

"ഇങ്ങള്യേട്ത്ത് ഇപ്പളും സിലിമ കാണിക്ക്ന്ന മിശ്യന്ണ്ടോ?"

അയാൾക്ക് പൊക്കായിയുടെ അന്വേഷണം രസിച്ചു. അയാൾ മിന്നുന്ന ഡബ്ബയിൽനിന്ന് വെളുത്ത ഒരു സിഗരറ്റെടുത്ത് കത്തിച്ചു. മറ്റൊന്നെടുത്ത്, മുൻപിൽ കൈനീട്ടി നിൽക്കുന്ന പൊക്കായിക്ക് കൊടുത്തു.

അയാളുടെ കൈയിലെ ഞെക്കിയാൽ കത്തുന്ന യന്ത്രത്തിൽനിന്ന് പൊക്കായി സിഗരറ്റിന് തീപ്പിടിപ്പിച്ചു. ചെന്തമരിയുടെ ഇലച്ചാർത്തിലൂടെ സിഗരറ്റ് പുക ചുരുളുകളായി ഉയർന്നുപൊങ്ങി.

പണ്ട് മുക്കുകൾതോറും മുക്കാലിയിൽ ആനമയിലൊട്ടകം പ്രദർശിപ്പിച്ച് കാലണവീതം വാങ്ങി പള്ളിക്കോലായിൽ വിശ്രമിച്ചിരുന്ന കലന്തൻ മാപ്പിളയാണിത്. കാലം കഴിഞ്ഞുപോകവേ ഇയാൾ സഞ്ചിയും തൂക്കി അങ്ങാടിയിൽ അങ്ങോളമിങ്ങോളം നടന്ന് 'എലി, കൂറ, പാറ്റ, കോഴിപ്പേൻ, പേൻ നശിക്കുന്ന പൊടി'യെന്നും പറഞ്ഞ് ചിതൽപ്പൊടി വിറ്റു.

കണ്ണാടിപതിച്ച പിത്തളപ്പെട്ടിയിൽ അത്തറും സുറുമയും വെള്ളിമോതിരത്തിന്റെ കല്ലുകളുമായി ഇയാൾ പിന്നെയും കച്ചവടത്തിന് വന്നു. കച്ചവടക്കാരൻ ചുറ്റുംകൂടിനിന്നവരുടെ കുപ്പായത്തിൽ അത്തർതേച്ച് മണപ്പിച്ചു.

പിന്നെ കടലാസിൽ മോതിരക്കല്ല് വച്ചു പറഞ്ഞു:

''ഇത് ഇന്നിരാകാന്തീന്റെ കമ്മലിലെ കല്ലാ–ഇന്നിരനീലം– കടേങ്കോട്ടേ മാക്കത്തിന്റെ മൂക്കുത്തീലും കല്ല് ഇത് തെന്ന്യാരുന്നു–ഇന്നിരനീലം."

മുമ്പിൽ കലന്തൻ മാപ്പിള കറുകറുത്ത പല്ലുകൾ കാട്ടി ചിരിക്കുന്നു.

അത് പഴയ സിനിമാപ്പെട്ടിയിലെ ഡാൻസിറാണിയെയും തലയിണ എറിയുന്ന നെഹ്റുവിനെയും താജ്മഹൽ നോക്കി തടവറയിലിരിക്കുന്ന ചക്രവർത്തിയെയും ചുടലക്കളത്തിലെ ഹരിശ്ചന്ദ്രനെയും ഒക്കെ കാണാൻ, കാലണയ്ക്ക് കൊതിച്ചുനിന്ന കാലം, മാപ്പിള വിരലൊന്ന് വലിച്ചുവിടുമ്പോൾ പല്ല് ഞെരിക്കുന്ന ശബ്ദത്തിൽ ചിത്രങ്ങൾ മാറിവരുന്ന മഹാത്ഭുതം കണ്ട് വിസ്മയിച്ചുനിന്ന കാലം...

"ഞമ്മള് അത്തറ് ബിറ്റുവന്ന കാലത്ത് ഇവര്യെല്ലം ഞമ്മള് മണപ്പിച്ചിക്ക്ണ്ട്."

ചുറ്റുംകൂടി നിന്നവരെ കാണിച്ച് അയാൾ കൂടെ വന്ന ചെറുപ്പക്കാ

രോട് പറഞ്ഞു. പിന്നെ കൂടെ വന്നവർ തന്റെ മക്കളാണെന്ന് ചുറ്റുംകൂടി നിന്നവരോടും പറഞ്ഞു.

"ഞമ്മക്കൊര് സ്സലം നോക്കാനുണ്ടേനും, മോനെ. അങ്ങാടീന്റെ അഡ്ത്താന്ന് പറഞ്ഞി–" അയാൾ വന്ന കാര്യം പറഞ്ഞു.

# 4

# അഷ്ടപദി ഒഴുകുകയാണ്

വീണ്ടും ഏതോ ഒരു തമിഴത്തിയോടൊപ്പം അന്തിനേരത്ത് അരണയെ ചുട്ടുകൂട്ടി ചാരായം കുടിച്ച കഥ പുറത്തറിഞ്ഞുപോയതുമുതലാണ് ഒറ്റപ്പുരയ്ക്കൽ ചിരുതാമ്മയുടെ ഏകമകൻ ബാലന് അരണബാലനെന്ന് പേര് വീണത്. ഇവനെപ്പേടിച്ച് ഇവന്റെ അമ്മപോലും മുമ്പിൽ പ്രത്യക്ഷപ്പെടാറില്ലത്രെ. ഇവന്റെ നിഴലുവീണ വഴികളിലൂടെപ്പോലും നാട്ടിലൊരു ഉടുമ്പ് ഇറങ്ങാറില്ല. ഇവന്റെ കൺമുമ്പിൽ ഏതെങ്കിലും കരിമ്പൂച്ച പെട്ടുപോയിട്ടുണ്ടെങ്കിൽ അത് പിന്നെ ജീവനോടെ ബാക്കിയാവാറില്ല.

ചുമലിലെ ചാക്കിൽ പിടയുന്ന ജീവികളെയുമായി ബാലനെ കണ്ടാൽ വഴിപോക്കർ മാറിയകന്ന് കാർക്കിച്ചുതുപ്പും. കനാലിന്റെ കരയിൽ കരിമ്പൂച്ചയുമായി ബാലൻ ചെന്നാൽ സമീപവാസികൾ ഓടിച്ചകറ്റും. എന്നാലും ബാലൻ ഏതെങ്കിലുമൊരുനേരം അവയെയുംകൊണ്ട് കനാലിന്റെ ഒഴുക്കിനോട് ചേർന്നിരിക്കും. എന്നിട്ട് പൂച്ചയെ പുറത്തെടുത്ത് ഒറ്റ വെട്ടാണ്. വെട്ടും ഉടല് ഒഴുക്കിൽ താഴ്ത്തിപ്പിടിക്കലും യന്ത്രം കണക്കാണെന്ന് കണ്ടവർ പറയാറുണ്ട്. ബാലന്റെ വെട്ടിൽ വേർപെട്ട തല ഒഴുക്കിൽ പിടഞ്ഞും മേലോട്ടെടുത്ത് സ്വയംചാടി തിരിച്ച് ആഴത്തിലേക്കമർന്നും പിന്നെയും പൊങ്ങിയും കുറെ നേരംകൂടി രക്തം സ്രവിപ്പിച്ച് ഒഴുക്കിലൂടെ നീങ്ങും. അത് കഴിഞ്ഞ് കൈതക്കൂട്ടത്തിലോ കരയോരത്തെ ചെളിക്കുണ്ടിലോ എവിടെയെങ്കിലും അടിയും...

പാവം ചിരുതാമ്മ അന്തിയാവോളം അന്യന്റെ മുറ്റമടിച്ചും പാത്രം മോറിയും വല്ലതും കരുതിവച്ചാൽ അത് മണത്തറിഞ്ഞ് ബാലൻ കൊണ്ടുപോകും. പിന്നെ പാതിരാവിൽ കള്ളുംകുടിച്ച് വൃദ്ധയെ വിളിച്ചുണർത്തി വായുവിലുയർത്തി വയറിന് കുത്തും.

എന്നാലിപ്പോൾ ബാലന് പേടിയാണ്. നാട്ടിൽ എന്തിനുംപോരുന്ന സഖാക്കളുണ്ട്. അവർ ബാലനെ കൈകാര്യം ചെയ്യാൻ തുടങ്ങിയതോടെ ബാലനൊതുങ്ങി. ഇപ്പോൾ മീൻചാപ്പമുക്കിലൂടെ അരണബാ

ലൻ മാടിക്കുത്ത് അഴിച്ചുതാഴ്ത്തിയിട്ടേ നടക്കാറുള്ളൂ. അവന്റെ പാരമ്പര്യ സ്വത്തിൽ അവശേഷിക്കുന്ന ഇരുപത്തെട്ട് സെന്റുകൂടി വിറ്റുപോയാൽ ചിരുതാമ്മ വഴിയാധാരമാവുമെന്ന് അറിയുന്നതുകൊണ്ടാണ് കുഞ്ഞേക്യക്കനും കൂട്ടുകാരുമൊക്കെ അതിന് തടസം നിൽക്കുന്നത്. വിവരമറിഞ്ഞ ചിരുതാമ്മ നെഞ്ഞത്ത് കൈവെച്ച് അന്തിത്തിരിക്ക് മുമ്പിൽ പ്രാർഥിച്ചുനിന്നു. അപ്പോൾ അവരുടെ ശോഷിച്ച വിരലുകൾ വിറയ്ക്കുന്നുണ്ടായിരുന്നു.

അയഞ്ഞ സന്ധ്യാവെളിച്ചത്തിൽ ഉണ്ണ്യേമയുടെ തൊപ്പിക്കുട വൃത്തം കണ്ട് പൊക്കായി പീടികയുടെ മറവിലേക്ക് ഒളിഞ്ഞുനിന്നു. പുറത്ത് പൊക്കായിയുടെ അങ്കവടി ഇളകുന്നുണ്ടായിരുന്നു. ഉണ്ണ്യേമ പതുങ്ങിപ്പതുങ്ങി പൊക്കായിയുടെ അങ്കവടിയിൽ പിടിച്ചു. ഉണ്ണ്യേമയുടെ മുമ്പിൽ രക്ഷപ്പെടാനൊരു പഴുതില്ലാതെ പൊക്കായി ഒരെലിക്കുഞ്ഞായി പതുങ്ങിനിന്നു.

'ഇഞ്ഞ്യെന്തിനാഡാ, പൊക്കായീ, എന്നക്കാണ്മ്പം ഒളിക്ക്ന്ന്?'

ഉണ്ണ്യേമ ചോദിച്ചു.

ഉണ്ണ്യേമയുടെ ചോദ്യത്തിനുമുമ്പിൽ പിന്നെയും പൊക്കായി വിറച്ചു. പിന്നെ അങ്കവടിയിൽനിന്ന് പിടിവിട്ട്, പെട്ടി തുറന്നുകിട്ടിയ ചുണ്ടെലിയായി പൊക്കായി കടന്നു.

അങ്കവടി ഉപേക്ഷിച്ച് മീൻചാപ്പമുക്കിലൂടെ തിരിഞ്ഞുതിരിഞ്ഞു നോക്കി പൊക്കായി പറക്കുന്നത് ഉണ്ണ്യേമ നോക്കിനിന്നു. പിന്നെ കുലുങ്ങിക്കുലുങ്ങിച്ചിരിച്ചു...

പണ്ട്, പൊക്കായിയെ കോഴിക്കോട് കൊണ്ടുപോയി ചികിത്സിച്ചിട്ടും രക്ഷകിട്ടാതെ കുഞ്ഞിമ്മാത നിരാശയായി കഴിഞ്ഞുവന്ന കാലത്ത് ഒരു നാൾ ഉണ്ണ്യേമ പറഞ്ഞു:

"മോളേ, കുഞ്ഞിമ്മാതേ– ഇന്റെ തിയ്യന് ഞാനൊര് മര്ന്ന് തെരാം. അത് ഏയ് ദിവസം മോരില് കലക്കി മൂന്നുനേരം ബീതം മൊടങ്ങാണ്ട് കൊഡ്ക്കണം. എട്ടാം ദെവസം പൊക്കായി പണിക്ക് പോന്നത് കാണാം."

കുഞ്ഞിമ്മാതക്ക് ഉണ്ണ്യേമയെ വിശ്വാസമായിരുന്നു. അവൾ രണ്ടു നേരം മുടങ്ങാതെ മരുന്നുകൊടുത്തു. മൂന്നാംനേരം കൊടുക്കുമ്പോഴേക്കും പൊക്കായിക്ക് വയറുവേദന തുടങ്ങി. പൊടുന്നനെ പൊക്കായിയുടെ വയറിലെ ബണ്ടുകൾപൊട്ടി. നിയന്ത്രണംവിട്ട വയറിളക്കത്തിൽ പൊക്കായിയുടെ കിടക്കപ്പായ കുതിർന്നു; കോലായി നാറി.... പൊക്കായി നടന്ന വഴികളിലത്രയും ദുർഗന്ധം പരന്നൊഴുകി. ഒടുക്കം നട്ടപ്പാതിരനേരത്ത് പൊക്കായിയെ വടകര ധർമാശുപത്രിയിലെത്തിച്ചു. തിരിച്ചു വരുന്നവഴി ജീപ്പ് കളിയാംവള്ളി തോട്ടിലിറക്കി സോപ്പിട്ടു കഴുകി. അതു കഴിഞ്ഞ് വണ്ടി ഷെഡ്ഡിൽ കയറ്റി നിസ്സാർ അകം മുഴുവൻ സ്പ്രേ അടിച്ചു മണപ്പിച്ചു.

മൂന്നാംനാൾ പൊക്കായി ആശുപത്രി വിട്ടു വരുന്നവഴി റജിസ്ട്രാപ്പീസ് മുക്കിൽ ഉണ്യേമയെ കണ്ടു. കണ്ടപാടെ പൊക്കായി ഓടിപ്പോയി വീട്ടിൽ കയറി വാതിലടച്ചു.

അതിൽപ്പിന്നീട് ഇന്നോളം പൊക്കായി ഉണ്യേമയുടെ മുമ്പിൽ പ്രത്യക്ഷപ്പെട്ടിട്ടില്ല.

ജലരാശിയിൽ പോക്കുവെയിൽ ചുവന്നു. നെറ്റിയിൽ പൊട്ടുള്ള പരൽമീനുകൾ പോക്കുവെയിലിലെ പൊൻതരികൾ കൊറിച്ച് ഒഴുക്കിൽ പാറിനടന്നു. ഒതുക്കുകല്ലിലിരുന്ന് രാജീവൻ പുഴയെ നോക്കി. പുഴ പതിനേഴ് മുഴം കസവുസാരിചുറ്റി നവോഢയെപ്പോലെ.

മടിയിലെ ചെറിയ ചെണ്ടയിൽ രാജീവൻ വെറുതെ വിരലുകൾ ചലിപ്പിച്ചു. ചെറുചെണ്ടയുടെ താളം കാറ്റിൽ കടവുതോണിയിലെത്തിനിന്നു. കടവിൽ ശ്രീധരനാണ്. വൈകുന്നേരങ്ങളിലെ പതിവ് സന്ദർശനങ്ങളുടെ സാധാരണത്വത്തിൽ രാജീവന്റെ ചെറുചെണ്ട കണ്ട് ശ്രീധരൻ കൈയുയർത്തി കാലം തിരക്കി. വിരലുകൾ ഭാഷ കൈമാറുന്ന രസത്തിൽ ശ്രീധരനെയും രാജീവനെയും നോക്കി കടവുതോണി മറുകരയിലേക്ക് നീങ്ങുകയാണ്. ഇനിയത് ഒരുവട്ടം പൂർത്തിയാക്കി ഇവിടെ തിരിച്ചെത്തണമെങ്കിൽ കുറച്ചുസമയം വേണം.

മൂന്നു കടവുകളാകുമ്പോൾ ചില നിയമങ്ങൾ പാലിക്കാനുണ്ടെന്ന് പറഞ്ഞത് ഗുരിക്കളായിരുന്നു– മൂന്ന് പുഴകളുടെ സംഗമം. അപ്പുറത്ത് മറ്റൊരു ഇടത്തുരുത്ത്. പകൽനേരങ്ങളിൽ കടവ് സജീവമാണ്. കടവിന് കടവിൻെറ നിയമങ്ങളുണ്ട്. അത് പാലിക്കാൻ കടവുകാരൻ ബാധ്യസ്ഥനാണ്.

രാജീവൻ ഒഴുക്കിൽ വെറുതെ കാലിട്ടിളക്കി.

"മോനേ– സൂക്ഷിക്കണേ– "

പണ്ട് മുത്തശ്ശി പറയുമായിരുന്നു. മുത്തശ്ശിക്ക് പുഴയെ പേടിയായിരുന്നു. കരയോരം ചേർന്ന് കുഞ്ഞുങ്ങൾ വെള്ളത്തിലിറങ്ങി കളിക്കുന്നത് കണ്ടാൽ പുഴയുടെ ആഴങ്ങളിൽനിന്ന് ജലപ്പിശാചുക്കൾ കയറിവരുമെന്ന് മുത്തശ്ശി ഭയന്നിരുന്നു.

പാവം, മുത്തശ്ശി. യൗവനത്തിന്റെ മധ്യാഹ്നത്തിൽ മുത്തശ്ശി വൈധവ്യത്തിന് വിധിക്കപ്പെട്ടു. അതുമുതൽ മുത്തശ്ശി ജന്മഭാരത്തിന്റെ തുരുത്തുകളിലൂടെ ജീവിതം തുഴഞ്ഞെത്തിക്കുകയായിരുന്നു. അതിനിടയിലൂടെ മുത്തശ്ശി പൂക്കോട്ടും പൊന്നാറത്തും ചെന്ന് ഗ്രന്ഥങ്ങൾ വായിക്കാൻ വാങ്ങുമായിരുന്നത്രെ. മുത്തശ്ശിക്കറിയാവുന്നത്ര കഥകളും പുരാണങ്ങളും ഐതിഹ്യങ്ങളും ഇവിടെ മറ്റാർക്കുമറിവുണ്ടായിരുന്നില്ലെന്ന് പറഞ്ഞത് ഗുരിക്കളായിരുന്നു.

"എങ്കിലും നിന്റെ മുത്തശ്ശിക്ക് അടിസ്ഥാനപരമായ ഒരു കുറ്റമുണ്ടായിരുന്നു."

ഗുരിക്കൾ പറഞ്ഞു.

കടവ് തോണിയിൽ ഗുരിക്കളും രാജീവനും തനിച്ചായിരുന്നു. പുഴ നന്നേ മെലിഞ്ഞ് നേർത്ത ഒരു മീനമാസത്തിലെ സന്ധ്യ. ഗുരിക്കൾ അശേഷം ആയാസപ്പെടാതെ പതുക്കെ കടത്തുതോണി തുഴഞ്ഞു.

"നിന്റെ മുത്തശ്ശിയുടെ അറിവിലും ചിന്തകളിലുമെല്ലാം വിട്ടുവീഴ്ചയില്ലാതെ ദൈവവും ആചാരങ്ങളും വിശ്വാസങ്ങളുമുണ്ടായിരുന്നു."

നേരായിരിക്കാം. മുത്തശ്ശിയെക്കുറിച്ച് അമ്മ പറഞ്ഞുതന്നതിലേറെ കാര്യങ്ങൾ പറഞ്ഞുതന്നത് ഗുരിക്കളായിരുന്നു. ഗുരിക്കൾ മുത്തശ്ശിയെക്കുറിച്ച് നന്നായി മനസിലാക്കിയിരുന്നു. ഒടുക്കം വാർധക്യത്തിന്റെ നിസഹായതയിൽ കണ്ണിൽ തിമിരം പടർന്ന് മുത്തശ്ശി ഇരുട്ടിൽ തപ്പുകയായിരുന്നു. മുത്തശ്ശിയുടെ മനസിൽനിന്നും അറിവിന്റെ വെളിച്ചം അസ്തമിച്ചുപോയിരുന്നു. കഥകളും സന്ദർഭങ്ങളും ഐതിഹ്യങ്ങളും നിറഞ്ഞ മനസിന്റെ പൊയ്ക വരണ്ടുണങ്ങിയിരുന്നു.

തെളിനീരിൽ രാജീവൻ വെറുതെ വീണ്ടും കാലിട്ടിളക്കി. ഒതുക്കുകല്ലിന്റെ വിടവുകളിൽ പുഴഞണ്ടുകൾ തല നീട്ടി.

ഒഴുക്കിലെ കുഞ്ഞലകളിൽ അഷ്ടപദിയുടെ ഈണം തുടിച്ചു. രാജീവൻ ചെറുചെണ്ടയിൽ താളം പിടിച്ചു.

ഒരിക്കൽ മുത്തശ്ശി പറഞ്ഞു, പനങ്കൂട്ടത്തിലെ കാറ്റിൽ കാതോർത്തിരുന്നാൽ അഷ്ടപദി കേൾക്കാമെന്ന്.

വീടിന്റെ വടക്കേ കോലായിലിരുന്ന് പനങ്കൂട്ടത്തിൽ കടവാതിലുകൾ വട്ടം പറക്കുന്നത് കാണിച്ചുകൊണ്ടാണ് മുത്തശ്ശി അത് പറഞ്ഞത്. എവിടെനിന്നൊക്കെയോ ശേഖരിച്ചുവന്ന ഈന്തിൻകായ പനങ്കുരലുകളിൽ ഭദ്രമായി കരുതിവെക്കുന്ന തിരക്കിലായിരുന്നു കടവാതിലുകൾ. സന്ധ്യാനേരത്ത് മണ്ണിൽനിന്ന് ഉയരുന്ന മഴപ്പാറ്റകളെ കൊറിക്കാൻ മുറ്റത്ത് വട്ടമിടുമ്പോഴാണ് കടവാതിലുകളെ അടുത്തുകാണാൻ കഴിഞ്ഞിരുന്നത്. പിന്നീട് അവ ഉന്നമരത്തിന്റെ കൊമ്പുകളിൽ തലകീഴാക്കി തൂങ്ങിക്കിടക്കുമായിരുന്നു. ആ കിടപ്പിലാണ് കടവാതിലുകൾ മലമൂത്ര വിസർജനം സാധിക്കുന്നതെന്ന് പറഞ്ഞുതന്നതും മുത്തശ്ശിതന്നെയാണ്.

"പനങ്കൂട്ടത്തിലെ കാറ്റിലെങ്ങന്യാ അഷ്ടപദി വെരവ്വാന്നറിയ്യോ –മക്കക്ക്–?"

മുത്തശ്ശിയുടെ കഥ കേൾക്കാൻ മിക്കവാറും ശ്രീദേവി കൂടെ ഉണ്ടാവുമായിരുന്നു. അവളിപ്പോൾ തിരുവനന്തപുരത്ത് സംഗീത അക്കാദമിയിൽ മ്യൂസിക്കിന് ചേർന്നിരിക്കുകയാണ്.

മുത്തശ്ശി കാലുംനീട്ടിയിരുന്ന് കഥപറയാൻ തുടങ്ങുമ്പോൾ ശ്രീദേവി മടിയിലിരിക്കാൻ ശ്രമിക്കാറുണ്ട്.

"ദൈവം വിയർത്തിരിക്കുന്ന നേരത്ത്..." മുത്തശ്ശി കഥ തുടങ്ങുകയാ

യിരുന്നു. ദൈവം വിയർത്തിരിക്കുന്ന നേരത്ത് പനങ്കൂട്ടത്തിലെ പിരിയോലകൾ ഇളകിത്തുടങ്ങും. ലോകത്തിൽവെച്ച് ഏറ്റവും വലിയ ഇലകളുള്ളത് പിരിയോലപ്പനയ്ക്കാണ്. പിരിയോലപ്പനകൾ മലയിപ്പണിക്കത്തിമാർക്ക് ഒരു വരുമാനമാർഗമായി ദൈവം സമ്മാനിച്ചതാണത്രെ. പകരം ദേവിയുടെ മഹോത്സവങ്ങൾക്ക് കുട കെട്ടിക്കൊടുക്കണം.

മുത്തശ്ശി ഇടയ്ക്കിടെ മുറുക്കാൻ പെട്ടിയിൽനിന്ന് പുകയില ഞെട്ട് മുറിച്ചെടുത്ത് വിടർത്തി മണക്കുകയും ഞരടി ഉള്ളംകൈയിൽ ഒതുക്കിപ്പിടിക്കുകയും ചെയ്യും. പുകയിലയുടെ മണത്തിൽ തുമ്മൽ വരുമ്പോൾ ശ്രീദേവി മാറിയിരിക്കുന്ന കണ്ട് അസൂയ ജയിച്ച് ചിരിക്കാൻ ശ്രമിച്ച കുഞ്ഞുന്നാളുകൾ...

'അങ്ങനെ പിരിയോലവിശറികൾ ഇളകിയിളകി ദൈവത്തിന്റെ ശരീരം തണുക്കുമ്പോൾ ദൈവം ആശ്വാസത്തോടെ അഷ്ടപദി പാടിത്തുടങ്ങും: രാധികാ– കൃഷ്ണാ, രാധിക–"

മുത്തശ്ശി മരിച്ചിട്ട് നാലുവർഷം തികയുകയാണ്.

പോക്കുവെയിലിന്റെ നിറപ്പകിട്ട് മാഞ്ഞുതുടങ്ങുകയാണ്. ഇനി അല്പനേരം കൂടി കഴിയുമ്പോൾ ആകാശത്ത് അവശേഷിക്കുന്ന ചുവന്ന പൊട്ടുകളിലൂടെ ഇരുളിന്റെ സർപ്പം ഇഴഞ്ഞുകയറും. പിന്നെ പുഴയൊരു നേർത്ത അരഞ്ഞാൺപോലെ.

കടത്തുതോണി സഞ്ചാരത്തിന്റെ ചാക്രിക പഥങ്ങളിലൂടെ തിരിച്ചെത്തിക്കഴിഞ്ഞു. യാത്രികർ ഒഴിഞ്ഞു. കടവിൽ ശ്രീധരനും രാജീവനും കടത്തുതോണിയും മാത്രം.

ശ്രീധരൻ തോണിത്തണ്ടിൽ മലർന്നുകിടന്നു. പുഴയിലെ ഓളങ്ങളുടെ സംഗീതത്തിൽ അഷ്ടപദി വിടരുന്നു.

സോപാനസംഗീതത്തിന്റെ മാസ്മരിക വശ്യത ശ്രീധരനെ പൊതിയുന്നു. ചെറുചെണ്ടയിൽ അടതാളമുയരുന്നു. ദശാവതാരവിശേഷത്തിന്റെ ഒന്നാം അഷ്ടപദി–

പ്രളയപയോധിജലേ ധൃത വാനസിവേദം.'

രാജീവന്റെ സൗമ്യസുന്ദരശബ്ദത്തിൽ കരയോരം പുൽകി അഷ്ടപദി ഒഴുകുകയാണ്–ചുവപ്പുരാശി പടർന്ന ആകാശപ്പുറങ്ങളിൽ ശ്രീധരന്റെ മിഴികൾ പാതിയടഞ്ഞു ചേർന്നുനിന്നു.

–പ്രളയ ജലത്തിൽ വിശ്രുതമായ വേദം ആണ്ടുപോയപ്പോൾ മത്സ്യരൂപം പ്രാപിച്ച്.....

'പ്രളയപയോധി ജലേ...ധൃത വാനസിവേദം
വിഹിത വഹിത്ര ചരിത്ര മഖേദം–
കേശവാ–
ധൃതമീനശരീര! ജയ ജഗദീശഹരേ–'

# 5

# ദേവനാഗങ്ങൾ ഇഴയുന്നു

"അരണ ബാലനൊര് പെര്മ്പാമ്പിനെപ്പിഡിച്ച് കൂട്ടിലടച്ച്ക്ക്ണ്-" ബിയ്യാത്തുമ്മ പറഞ്ഞു.

മലയി മുറ്റമടിച്ച് നിവർന്നതേയുള്ളൂ. ഈ നേരംപുലർന്ന നേരത്ത് തന്നെ ബിയ്യാത്തുമ്മക്ക് ഇങ്ങനെയൊരു വിവരം എവിടുന്ന് കിട്ടിയെന്ന് മലയി ശങ്കിച്ചുനിന്നു.

"പൊലച്ചക്ക് തെങ്ങ് ചെത്ത്വാമ്പന്ന കുഞ്ഞേ്യക്കമ്പറഞ്ഞതാ-! എരേനേം മ്ണ്ങ്ങി പാമ്പ് കളിയിമ്പള്ളിക്കാട്ടില് കെഡക്കേ്വനും-ന്ന്"

രണ്ട് ഞെട്ട് പച്ചക്കുരുമുളകും പൊട്ടിച്ച് ബിയ്യാത്തുമ്മ വടക്കേ പറമ്പിലേക്ക് പോയി.

പണ്ട്. പത്തിരുപത്തേഴ്കൊല്ലം മുമ്പ്-

മലയിയോർക്കുന്നു.

ബിയ്യാത്തുമ്മ പനങ്കൂട്ടത്തിൽ പെരേല പറിക്കാൻ വന്നതായിരുന്നു. അത് ബിയ്യാത്തുമ്മ അന്തുറുമ്മാനെ പെറ്റെണീറ്റകാലം. അന്നും മലയി ഇതേപോലെ മുറ്റമടിക്കുകയായിരുന്നു. ഉടുമുണ്ടിന്റെ കോന്തലകൾ ഇരുപുറവും വലിച്ചുമുറുക്കി മലയിയോട് ലോഹ്യവും പറഞ്ഞ് ഒരു കൊച്ചു ഹൂറിയെപ്പോലെ ബിയ്യാത്തുമ്മ പനങ്കൂട്ടത്തിലേക്ക് നടന്നു.

പനങ്കൂട്ടത്തിലെ പിരിയോലത്തണലിൽ അമ്പിളി വലിപ്പമുള്ള പെരേലകൾ നിറഞ്ഞുനിൽക്കുന്നുണ്ടായിരുന്നു. അവയ്ക്കിടയിലൂടെ അരിച്ചിറങ്ങിയ പ്രഭാതവെയിൽ പാണ്ഡുപൊട്ടുകൾപോലെ നിലത്ത് വൃത്തം രചിച്ചിരുന്നു.... പനങ്കൂട്ടത്തിൽ പുകമഞ്ഞ് പതുക്കെപ്പതുക്കെ പെരേല വൃത്തങ്ങളിൽ ഒതുങ്ങിത്തുടങ്ങിയിരുന്നു.

നീണ്ടുവളർന്ന പെരേലത്തണ്ട് താഴ്ത്തിപ്പിടിച്ച് ബിയ്യാത്തുമ്മ ഇലയടർത്താൻ തുടങ്ങിയതേയുണ്ടായിരുന്നുള്ളൂ. അപ്പോഴുണ്ട് തൊട്ടടുത്ത മാളത്തിലൊരു അനക്കംപോലെ.

മുമ്പിൽ സ്വർണനിറമുള്ള ഒരു മൂർഖൻപാമ്പ്. അത് പതുക്കെപ്പതുക്കെ മാളത്തിൽ നിന്നുയർന്നുപൊങ്ങി പത്തി നിവർത്തുകയാണ്. ബിയ്യാത്തുമ്മ പേടിച്ച് പിന്നിലോട്ട് നീങ്ങി. അപ്പോൾ ഇരുവശത്തും പാമ്പുകൾ. ബിയ്യാത്തുമ്മ പിറകിലോട്ട് തിരിഞ്ഞു. അപ്പോൾ പിറകിലും പാമ്പ്...

ബിയ്യാത്തുമ്മക്ക് ചുറ്റും സ്വർണഫണമുള്ള നാഗത്താന്മാർ. അവ കാറ്റിലൂയലാടുംപോലെ. അവയെ നോക്കി ബിയ്യാത്തുമ്മ ചിരിച്ചു. ചിരിക്കുമ്പോൾ ബിയ്യാത്തുമ്മയുടെ കണ്ണുകൾ നിറഞ്ഞു. അവൾ പറഞ്ഞു:

"തൊണ്ണൂറ് തെകഞ്ഞ പൊടിക്കുഞ്ഞ്, കെഡക്കപ്പായല് തൂറിപ്പെര

ക്കീക്ക്ണ്ട്. അഗന്ന് തൊഡച്ച് ബെഡിപ്പാക്കായെ രണ്ട് പെരേലച്ചപ്പ് പറിക്കാന്ന് ബ്ജാരിച്ചതാ. ഷെമിക്കണം. മാപ്പാക്കണം."

ബിയ്യാത്തുമ്മയുടെ ചുണ്ടുകൾ വിറച്ചു; തൊണ്ടയിടറി. കൈപ്പത്തികൾ വിയർത്തു. പെറ്റ വയറിന്റെ കനവ് കണ്ട് മണിനാഗങ്ങൾ പത്തി താഴ്ത്തി. അവ ഓരോന്നായി മാളങ്ങളിലേക്ക് വലിഞ്ഞു. അതുകണ്ട് ബിയ്യാത്തുമ്മയുടെ മാറിടം നനഞ്ഞു.

പനങ്കൂട്ടത്തിലെ ദേവവിശറികൾ കാറ്റിൽ ചായുന്നതും നിവരുന്നതും നോക്കി മലയി മുറ്റക്കൊള്ളിനോട് ചേർന്നുനിന്നു.

പിരിയോലകൾ വെട്ടിയുണക്കാൻ കാലമായിരിക്കുന്നു. അത് മലയിക്കൊരു വരുമാനമാർഗമാണ്.

ഇടവഴിയോരം ചേർന്ന് പണിക്കർ വെങ്കല്ലൂരിലേക്ക് നടന്നു. ഇന്നലെ മന്ത്രവാദം കഴിഞ്ഞ് അസാരം പനങ്കള്ളിന്റെ മുകളിൽ അല്പം വാറ്റുചാരായംകൂടി ചെന്നതിന്റെ ലഹരിയിൽ ഉറങ്ങിപ്പോയി. പിന്നെ നേരംപുലർന്ന് ഗൃഹനാഥൻ വിളിച്ചപ്പോഴാണ് അറിഞ്ഞത്. പെട്ടെന്ന് ധൃതിവെച്ച് മാറാപ്പും സഞ്ചിയുമെടുത്ത് ഇറങ്ങി.

പണിക്കരുടെ രസനയിൽ മൂത്ത പനങ്കള്ളിന്റെ വാട തികട്ടി വന്നു. ഒരു വലിയ ഏമ്പക്കത്തിലൂടെ പണിക്കർ അതിനെ മയപ്പെടുത്തി കീഴോട്ട് തള്ളി. അതു പിന്നെ ഒരു വലിയ വളിയായി ബഹിർഗമിച്ചു.

"ഹാ...വ്വോ..." പണിക്കർക്ക് പറഞ്ഞറിയക്കാനാവാത്ത ആശ്വാസം.

തോളിലെ മാറാപ്പ് താഴ്ത്തിപ്പിടിച്ച് പണിക്കർ നടന്നു. നടത്തയിൽ പണിക്കർ ആകാവുന്നത്ര കൈവീശി. താഴ്ത്തിപ്പിടിച്ച മാറാപ്പിൽ ധാന്യം കനത്തു.

അടിവയറ്റിൽ പിന്നെയും ഒരു അസ്വസ്ഥത; ഒരു നീരൊഴുക്ക്. അത് പേശികളെ പിടിച്ചുമുറുക്കുകയാണ്. അത് കാണാവരമ്പുകളെ തട്ടിത്തകർത്ത് താഴോട്ടൊഴുകുകയാണ്.

"അമ്മേ–"

പണിക്കർ അടിവയർ അമർത്തിപ്പിടിച്ചു. പിന്നെ പെട്ടെന്ന് കോണകമഴിച്ചിട്ടു. അഴിച്ചിട്ട കോണകവാലിൽത്തട്ടി കെട്ട കള്ളിന്റെ പുളിവാട പരന്നൊഴുകി. രണ്ടും കൽപ്പിച്ച് പണിക്കർ തൊട്ടടുത്ത കുണ്ടനിടവഴിയിലേക്കിറങ്ങി.

ഇറങ്ങുമ്പോൾ പണിക്കരുടെ കാലുകൾ പിണഞ്ഞു. പിന്നെ വരണ്ട ചെങ്കൽമുനകളിലൂടെ ഉടഞ്ഞ കള്ളിൻകുടങ്ങളൊഴിഞ്ഞു. കുണ്ടനിടവഴിയുടെ ഗുഹ്യതയിൽ അർധനിമീലിതനായി പണിക്കർ കുന്തിച്ചിരുന്നു.

"അമ്മേ– മഹാമായേ– ദേവീ..."

പണിക്കരുടെ മനസ്സ് വിതുമ്പി.

വെങ്കല്ലൂര് മൊട്ടയിലെ തീവെയിലിൽ പണിക്കർ നിവർന്നുനിന്നു... കണ്ണിൽ കനല് പഴുക്കുന്നു. എങ്ങനെയെങ്കിലും വീടെത്തണം.. അതിന് മുമ്പ് ശൗചൃത്തിനൊര് വഴിയാലോചിച്ച് പണിക്കർ ചുറ്റും നോക്കി.

താഴെ കുറ്റിച്ചെടികൾ വകഞ്ഞ് ഇടവഴി ഇറങ്ങിച്ചെന്നാൽ– വേണ്ട;

അവിടെയാണ് വർഷങ്ങൾക്ക് മുമ്പ് കുഞ്ഞിമ്മാത സർപ്പദംശനമേറ്റ് മരിച്ചു കിടന്നത്. ചെങ്കൽ പ്രതലങ്ങളിൽ പ്രേതാത്മാക്കൾ ഉഷ്ണജ്വാലകളായി ഒഴുകിനടന്ന ഒരു നട്ടുച്ചനേരം. ഇതുപോലെ ഏതോ അസ്കൃതയിൽ കുഞ്ഞിമ്മാതയും കുണ്ടനിടവഴിയിലേക്ക് ഇറങ്ങിച്ചെന്നതാവാം.

ആണ്ടിപ്പണിക്കർ ഭാണ്ഡം തോളിലേറ്റി.

ആണ്ടിപ്പണിക്കരുടെ മനസ്സ് ഒരു തുടം വെള്ളത്തിനായി അലഞ്ഞു.

ഈ വഴി ഇറങ്ങിച്ചെന്നാൽ താഴെ എളങ്ങോളി കുളമുണ്ട്. പണിക്കർ അങ്ങോട്ടു നടന്നു.

പതിവില്ലാത്ത വഴിയിൽ പണിക്കരെ കണ്ട് പരിചയക്കാർ ചോദിച്ചു:

"പണിക്കരെന്താ- ബ്ഢേ'

"ഒന്നൂല്ലാ; ചന്തി കഴ്കാൻ ഇത്തിരി ബെള്ളം തേഢി എറങ്ങ്യതാ."

പരിചിതർ അകലംവച്ച് മാറിനടന്നു.

കുളക്കരയിൽ കുളക്കോഴിയെക്കണ്ട് പണിക്കർ മാറാപ്പ് ഇറക്കിവെച്ച് നടന്നു. കുളക്കോഴിയുണ്ടെങ്കിൽ വെള്ളവുമുണ്ട്. പണിക്കർക്ക് സമാധാനമായി.

പണിക്കരുടെ വരവ് കണ്ട് കുളക്കോഴി ഓടിമറഞ്ഞു.

കുളം കുംഭവെയിൽ നക്കിത്തുടച്ചിരിക്കുന്നു. അതിന്റെ വിണ്ടുകീറിയ ചെളിത്തടങ്ങളിൽ മഞ്ഞച്ചേരകൾ ഇണചേരുകയാണ്. അവയുടെ വയറിന്റെ തിളക്കം കണ്ട് പണിക്കർ ഭയപ്പാടോടെ നിന്നു. വയറിലെ വട്ടവിരകൾ പിന്നെയും കരയുന്നു. അകത്തെവിടെയൊക്കെയോ പിന്നെയും കള്ളിൻകുടങ്ങളുടയുന്നു......

ഉച്ച തിരിഞ്ഞ നേരത്ത് മീൻചാപ്പമുക്കിൽ ഉച്ചഭാഷിണി ശബ്ദിച്ചു.

"ഇതാ- ആഫ്രിക്കൻ വനാന്തരത്തിലെ ഉഗ്രവിഷജീവിയായ പെരുമ്പാമ്പിനെ കാണുക. വേഗം , വേഗം ടിക്കറ്റെടുത്ത്..."

ഇടവപ്പെരുമഴയിൽ മോന്തായം താണുപോയ പഴയ പീടികയ്ക്കകത്ത് അരണബാലൻ പെരുമ്പാമ്പിനെ പ്രദർശനത്തിന് വെച്ചിരിക്കുകയാണ്.

"വേഗം... വേഗം.... ഈ സുവർണാവസരം പാഴാക്കാതെ വേഗം വേഗം ടിക്കറ്റെടുത്ത്..."

അച്ചടി വടിവിൽ വിളിച്ചുപറയുന്നത് അരണബാലൻ തന്നെയാണ്. ഇടയ്ക്കിടെ "പ്രാണസഖീ" എന്ന പാട്ട് കയറ്റിക്കൊടുക്കണമെന്ന് ബാലൻ തന്നെ നിർദേശിച്ചിട്ടുമുണ്ട്.

അനൗൺസ്മെന്റ് കേട്ട് ഉണ്ണ്യേമ പതുക്കെ പ്രദർശനശാലയ്ക്ക് മുമ്പിൽ ചെന്നുനിന്നു.

"നിങ്ങളുടെ വിലപ്പെട്ട സമയം പാഴാക്കാതെ..."

ഉണ്ണ്യേമയെക്കണ്ട് ബാലൻ വിളിച്ചുപറയുകയാണ്. ബാലന്റെ അനൗൺസ്മെന്റും ഇടവിട്ടുവരുന്ന പാട്ടും ടിക്കറ്റ് കൗണ്ടറുമെല്ലാം ഉണ്ണ്യേമയ്ക്ക് നന്നേ ബോധിച്ചു.

"എഡാ, ബാലാ."

ഉണ്ണ്യേമ ബാലനോട് ചേർന്നുനിന്നു.

"എന്ന്യൊന്ന് അകത്ത് ബ്ഡെഡാ ബാലാ."

ഉണ്ണ്യേമയുടെ അപേക്ഷ കേട്ടഭാവംപോലും നടിക്കാതെ ബാലൻ അനൗൺസ്മെന്റ് തുടരുകയാണ്.

"ഇന്ത്യയിലെന്നല്ല, അമേരിക്കയിലെന്നല്ല; ആഫ്രിക്കൻ വനാന്തരത്തിൽ മാത്രം കണ്ടുകിട്ടുന്ന ഉഗ്രവിഷമുള്ള പെരുമ്പാമ്പിനെ..."

"ഫ്ഠാ-" ഉണ്ണ്യേമ സ്നേഹപൂർവം ബാലനൊരാട്ട് കൊടുത്തു- "കള്ളത്തരം പറയാണ്ടിരിക്കെഡാ – ബാലാ. ഇഞ്ഞീത് കളിയമ്പിള്ളീന്നാ പിഡിച്ച്യേന്ന് ഇബ്ഡ്യാർക്കാ അറഞ്ഞൂടാത്തേ്-"

ബാലൻ ഉണ്ണ്യേമയെ ഒരു തള്ള് വെച്ചുകൊടുത്തു. ഉണ്ണ്യേമ ഭാഗ്യത്തിന് വീഴാതെ പിടിച്ചുനിന്നു...

"ചെക്ത്തായെൻ; ഫ്ഠാ-"

ഉണ്ണ്യേമ ബാലനെ പ്രാകി മാറിനിന്നു.

അങ്ങനെ മീൻചാപ്പമുക്കിലെ പ്രദർശനം തുടർന്നുകൊണ്ടിരുന്ന നേരത്ത് അഴിയിട്ട് മൂടിയ ഒരു കറുത്ത വാഹനം നേരെ മുമ്പിൽ വന്നു നിന്നു. വാഹനത്തിന്റെ നിഴല് കണ്ടതും ബാലനിറങ്ങിയോടി. ബാലനെ തിരഞ്ഞു പൊലീസുകാരും വകുപ്പുദ്യോഗസ്ഥന്മാരും ചിന്നിച്ചിതറി പലവഴിക്കും പിരിഞ്ഞു നടന്നു.

പ്രദർശന ഹാൾ പൂർണമായും അനാഥമായിക്കിടന്ന നേരത്ത് ഉണ്ണ്യേമ പതുക്കെ അകത്തേക്ക് കടന്നു. അവിടെ കമ്പിവലയടിച്ച മരപ്പെട്ടിയിൽ മൂത്ത പേരമരത്തിന്റെ നിറമുള്ള പെരുമ്പാമ്പ്. അത് ത്രികോണത്തലയുയർത്തി കോഴിക്കുഞ്ഞുങ്ങളെ കണ്ണിറുക്കി കാണിച്ചു. പിന്നെ പാമ്പും കോഴിക്കുഞ്ഞുങ്ങളും കണ്ണാരംപൊത്ത് കളിച്ചു. അവയുടെ കളിതമാശയിൽ രസിച്ചുനിൽക്കവെ ഉണ്ണ്യേമ ഒരു കാര്യം തിരിച്ചറിയുകയാണ്.

ഈ കാണുന്ന കോഴിക്കുഞ്ഞുങ്ങൾ ചിരുതാമ്മ ജീവനുതുല്യം സംരക്ഷിച്ച് വളർത്തുന്നവയാണ്. ഇവ വളർന്ന് വലുതായിവരുന്ന നല്ലകാലത്തെക്കുറിച്ച് ചിരുതാമ്മ ഒട്ടേറെ മനക്കോട്ടകൾ കെട്ടിയിരുന്നു.

പണ്ട് പണ്ട്, വടക്ക് ഏതോ നാട്ടിൽനിന്ന് ഇരുപത്തിയൊന്ന് പരദേശികൾ കടത്തനാട്ടിൽ വന്നു. അവർക്ക് കടുംനിറത്തിലുള്ള ഉടയാടകളും കട്ടിത്തലപ്പാവുമുണ്ടായിരുന്നു. അവരുടെ കാതിൽ കടുക്കനും കഴുത്തിൽ കല്ലുമാലയും കൈത്തണ്ടയിൽ വെളുത്ത കങ്കണവുമുണ്ടായിരുന്നു.

അവരിലൊരാൾ മൂപ്പനായിരുന്നു.

പകൽനേരങ്ങളിൽ അവർ കാഴ്ചകൾ കണ്ടുനടന്നു.

സന്ധ്യാനേരത്ത് അവർ അമ്പലക്കുളത്തിൽ മുങ്ങിക്കുളിച്ച് കളിയംവള്ളി നടയ്ക്കൽ തൊഴുത് പ്രാർഥിച്ചു.

അവരന്ന് പാതിരനേരത്ത് കളിയംവള്ളി ക്ഷേത്രത്തിന്റെ വാതിൽ കുത്തിത്തുറന്ന് ഭഗവതിയുടെ ആഭരണങ്ങൾ മോഷ്ടിച്ചെടുത്ത് അമ്പലക്കാട്ടിൽ ഒളിച്ചിരുന്നു.

അമ്പലക്കാട്ടിൽ കൂരാക്കൂരിരുട്ടായിരുന്നു. ചുറ്റും ഒരു ചീവിടുപോലും ശബ്ദിക്കുന്നില്ല. അവിടെ പരദേശികൾ വട്ടമിട്ടിരുന്നു. മൂപ്പൻ തിരി കത്തിച്ചു. പിന്നെ മോഷണമുതലുകൾ മടിയിൽ ചൊരിഞ്ഞു. അപ്പോൾ കിഴക്ക് നിന്നൊരു കാറ്റുവന്നു. കാറ്റിൽ തിരിയണഞ്ഞു.

മൂപ്പൻ പിന്നെയും തിരിതെളിച്ചു.

കാറ്റ് കനത്തു; കാറ്റിൽ ആഭരണങ്ങൾ കിലുങ്ങി. കള്ളന്മാർ ആഭരണങ്ങൾ പൊത്തിപ്പിടിച്ച് കിലുക്കം തടഞ്ഞു. കാറ്റടങ്ങിയപ്പോൾ മൂപ്പൻ മോഷണമുതലുകൾ ഇരുപത്തൊന്നായി പങ്കുവെച്ചു. അതിലേറ്റവും വലിയ പങ്ക് മൂപ്പനെടുത്തു.

അവരോരോരുത്തരും അവരവരുടെ പങ്ക് തലപ്പാവിൽ പൊതിഞ്ഞ് എഴുന്നേൽക്കാൻ തുടങ്ങുകയാണ്. അപ്പോൾ അവരുടെ കാലുകൾ നിവരുന്നില്ല.

മൂപ്പൻ നിലത്ത് കൈ ഊന്നി ശക്തിയിൽ ചന്തി പൊന്തിക്കാൻ ശ്രമിച്ചു. ആസനം നിലത്ത് ഉറച്ചുപോയിരിക്കുന്നു.

ഇരുപത്തിയൊന്ന് ആസനങ്ങളും അമ്പലക്കാട്ടിലുറച്ചുപോയിരിക്കുന്നു. പിന്നെ കാട്ടിൽ അത്യുഗ്രമായ ഒരു കൂട്ടക്കരച്ചിലുയരുകയായി. അത് ഇടിവെട്ടായി ആകാശത്തിൽ മുഴങ്ങി. മിന്നൽപ്പിണരുകൾ പുളഞ്ഞു നീങ്ങി. അവ ദീപശലാകകളായി ആഭരണങ്ങളിൽ തിളങ്ങി.

ആകാശത്തുനിന്ന് ദേവനാഗങ്ങളിറങ്ങിവന്നു; അവ മുത്തും വൈരവും കൊത്തിയെടുത്ത് ദേവിക്ക് തിരികെ കൊടുത്തു.

ആകാശത്തുനിന്ന് ഗരുഡൻ പറന്നിറങ്ങി. അത് മാലയും വളയും കൊത്തിയെടുത്ത് ദേവിക്ക് ചാർത്തി.

പിറ്റേന്ന് പ്രഭാതത്തിൽ കള്ളന്മാർ ഇരുപത്തിയൊന്നും കല്ലുകളായത് കണ്ട് അമ്പലവാസികൾ പകച്ചു. അവർ അലറിവിളിച്ച് മാലോകരോട് പറഞ്ഞു:

"ദാ– ഇരുപത്തൊന്ന് പരദേശികളും...."

മാലോകർ കല്ലുകളെ ചുറ്റുമതിൽ കെട്ടിയകറ്റി.

അന്നുമുതൽ ദേവി നാഗത്താന്മാരെ കല്ലുകൾക്ക് കാവലിരുത്തി. കാട് കറുത്തുകഴിയുമ്പോൾ ദേവനാഗങ്ങൾ ശിലകളിൽ ചുറ്റിക്കിടന്നു.

കുഞ്ഞിപ്പെരുമലയി പേരക്കിടാങ്ങൾക്ക് പറഞ്ഞുകൊടുത്ത കഥകളിലൂടെ മലയിയുടെ ഓർമകൾ ഇഴഞ്ഞിറങ്ങുന്നു.

ആ നാഗത്താന്മാരിലൊന്നിനെയാണ് അരണബാലൻ...

പനങ്കൂട്ടത്തിൽ ദേവവിശറികൾ ആക്കത്തിൽ വലിഞ്ഞാടുകയാണ്. മലയിയുടെ മുറ്റത്ത് മീനമാസത്തിലെ വരണ്ട കാറ്റ് ചൂളംകുത്തുന്നു.

"എനക്ക്ള്ളെ പിരിയോലച്ചുരുള് എഡ്ത്ത്താ ന്റെ മ്മാളൂ"

ഉണ്ണ്യേമയുടെ മുഖത്തെ ഭിക്ഷയുടെ ഭാവം മലയിയുടെ മനസിൽ തട്ടുന്നു. പണ്ട് ഉണ്ണ്യേമക്ക് യാചനയുടെ ഈ സ്വരമില്ലായിരുന്നു. ഉണ്ടായിരുന്നത് വാക്കിലും ചേഷ്ടകളിലുമെല്ലാം നിറഞ്ഞുതുളുമ്പിനിന്ന ആഢ്യത്വമായിരുന്നു. അതൊക്കെ ഉണ്ണ്യേമയുടെ ജീവിതത്തിൽനിന്നും പടിയിറങ്ങിപ്പോയിരിക്കുന്നു.

മലയി ഏണിചാരി അട്ടത്തിലേക്ക് വലിഞ്ഞുകയറി. അവിടെ എട്ടു പത്ത് പിരിയോലച്ചുരുളുകൾ ഇനിയും ബാക്കിയുണ്ട്. ഓലപ്പടക്കമുണ്ടാക്കാൻ പതിവായി വരാറുള്ള മാപ്പിളമാർ ആ തൊഴിലുപേക്ഷിച്ച് ആദായകരമായ മറ്റേന്തിലൊക്കെയോ ഏർപ്പെട്ടുപോയതിന്റെ ഫലം, മലയിയുടെ ചെറിയ ഒരു വരുമാനവും ഇല്ലാതാക്കിയിരിക്കുന്നു. പിന്നെ വഴി തെറ്റി വന്നെത്തുന്ന തമിഴ് ചെട്ടിമാരാകട്ടെ പഴയതിന്റെ നാലിലൊന്ന് വിലപോലും തരാൻ മടിക്കുന്നു.

മലയി കരിപിടിച്ച പിട്ടങ്ങളിലൂടെ ഒരു ചുരുൾ പിരിയോല ഉരുട്ടി നിലത്തിട്ടു. അത് പാറപൊട്ടുന്ന ശബ്ദഗാംഭീര്യത്തോടെ നിലംപൊത്തി. ഉച്ചയുറക്കത്തിലായിരുന്ന ആണ്ടിപ്പണിക്കർ വെടിപൊട്ടുന്ന ഒച്ചകേട്ട് ഞെട്ടിയുണർന്നു. ഞെട്ടിയുണർന്ന പണിക്കരുടെ വെപ്രാളം കണ്ട് ഉണ്യേമ കുലുങ്ങിച്ചിരിച്ചു.

പിന്നെ ചിരിയടക്കി ഉണ്യേമ പിരിയോലച്ചുരുൾ ഉരുട്ടി കോലായിലെത്തിച്ചു; പിരിയോലച്ചുരുളഴിച്ച് നിവർത്തി.

നിവർത്തിയ പിരിയോലച്ചുരുളുകളിൽനിന്ന് നെറ്റിയിൽ കുറിതെളിയാത്ത നാഗപൈതങ്ങൾ ഇഴഞ്ഞിറങ്ങി– അവ കോലായിൽ പരതി... അത് കണ്ട് മലയി കാറി വിളിച്ചു; നെഞ്ഞത്തടിച്ചു കരഞ്ഞു. മലയിയുടെ ഒച്ചകേട്ട് മാലോകർ ഓടിക്കൂടി. അവർ പച്ച മട്ടലും വേലിപ്പത്തലും തിരയുന്ന കണ്ട് പണിക്കർ പറഞ്ഞു:

“കൊല്ലല്ലേ, നാഗപൈതങ്ങളെ കൊല്ലല്ലേ, എന്റെ മാളോരെ.”

അവശേഷിക്കുന്ന പിരിയോലച്ചുരുളുകളും അവർ ഉരുട്ടി നിലത്തിട്ടു. അവയിൽനിന്ന് എണ്ണമറ്റ കൊച്ചുകൊച്ചു പാമ്പിൻ കുഞ്ഞുങ്ങൾ ഇറങ്ങി വന്നു. അവയെ നോക്കി പണിക്കർ കൈകൂപ്പി. നാഗങ്ങൾ പനങ്കൂട്ടത്തിലേക്ക് യാത്രയായി.

# 6

# മഞ്ചാടിക്കാട്ടിലെ ചെങ്കടൽ

**ഗ്രാ**മത്തിന്റെ വരൾച്ചയിൽ വേനൽമഴ പെയ്തു. വരണ്ട മണ്ണിന്റെ ദാഹാർത്തതയിൽ അത് കനവാർന്ന കരങ്ങളിറക്കി. ഓലമേഞ്ഞ മേൽക്കൂരയിൽ മഴ ചരലെറിഞ്ഞു. പതിവ് സൂര്യവൃത്തങ്ങളിലൂടെ മഴ പൊട്ടൻ തുള്ളികളായി പതിച്ചു. അത് ചാണകം മെഴുകിയ കോലായിലെ കിണ്ണത്തിൽ താളംപിടിച്ചു.

മഴ മുറ്റത്തും പറമ്പിലും മദിച്ചിറങ്ങി. അത് പഴുതുകൾ തേടിയൊഴുകി. മഴയുടെ കേളിയിൽ പനങ്കൂട്ടത്തിലെ പിരിയോലപ്പനകളിൽ കാറ്റുണർന്നു. കാറ്റിൽ ദേവവിശറികൾ ചൂളംകുത്തിയാടി.

മഴയൊരു കുസൃതിത്തിടമ്പായ പേരക്കിടാവിനെപ്പോലെ.

"ചന്ദനചർച്ചിത നീലകളേബര പീതവസന വനമാലീ–" പണിക്കർ ഇടയ്ക്കയിൽ താളം കൊടുത്തു. നേർത്തു പതുങ്ങിയ ഇടയ്ക്കയുടെ സ്വരത്തിൽ അഷ്ടപദിയുണരുന്നു:

മേഘത്തിന്റെ നിറത്തോടുകൂടിയ ശരീരത്തിൽ പീതാംബരവും വനമാലയുമണിഞ്ഞ്–

മുറ്റത്ത് മഴ തോരുകയാണ്. ഈറവെള്ളത്തിന്റെ ശക്തി കുറഞ്ഞിരിക്കുന്നു.

പണിക്കരുടെ മിഴികളിൽ അഷ്ടപദി ചന്ദനച്ചാറ് തളിക്കുന്നപോലെ.

ഹേ, സുന്ദരീ ഇളകിയാടുന്ന രത്ന നിർമിതമായ കുണ്ഡലങ്ങളാൽ ശോഭിക്കുന്ന....

"കേളിചലന്മണി കുണ്ഡലമണ്ഡിത..."

കോന്തലയുയർത്തി മാറു മറച്ച് മലയി പടിവാതിൽക്കൽ നിൽക്കുന്നു.

ബസ്സിറങ്ങി പഞ്ചായത്ത് റോഡിലൂടെ ശ്രീദേവി നടന്നു. നേരം നന്നായി പുലർന്നുകഴിഞ്ഞിരിക്കുന്നു. തോളിൽ കനംതൂങ്ങുന്ന എയർ ബാഗ് മാറ്റിപ്പിടിച്ച് വയലിറങ്ങി തോട്ടുവക്കിലേക്ക് തിരിയുമ്പോൾ ആരോ വിളിക്കുന്നപോലെ....

"തിരോനന്തപുരത്ത്ന്ന് വര്വാണോ, കുട്ട്യേ?"

ഗുരിക്കളാണ്.

"ഇന്നലെ വൈയീന്നേരം വണ്ടികാരൂന്ന് പണിക്കറ് പറഞ്ഞിനും–"

തോട്ടുവക്കിലെ നനവാറിയിട്ടില്ലാത്ത വരമ്പിൽ ബേഗിറക്കിവെച്ച് ശ്രീദേവി ഒതുങ്ങിനിന്നു. അപ്പുറത്ത് ചിരപരിചിതയുടെ വിശേഷം കേൾക്കാനെന്നപോലെ കുളക്കോഴികൾ തലയുയർത്തുന്നു.

"വണ്ടീല് തെരക്ക്ണ്ടേമ്പോ–"

"ങ് ഉം"

സ്കൂളടവിന്റെ തിരക്ക് എവിടെയും ദൃശ്യമായിരുന്നു. എന്നിട്ടും ലേഡീസ് കംപാർട്മെന്റായതുകൊണ്ടാവണം, അൽപ്പസ്വൽപ്പം സൗകര്യത്തിൽ ചാരിയിരിക്കാനിടമുണ്ടായിരുന്നു. കൂടെ വായടക്കാതെ സംസാരിച്ചുകൊണ്ടിരുന്ന കൂട്ടുകാരിയുമുണ്ടായിരുന്നു.

ലേഡീസ് കംപാർട്മെന്റിലാവുമ്പോൾ തിരക്കുണ്ടാവണം. അല്ലാതാവുമ്പോൾ പേടിയാവുമെന്ന് പറഞ്ഞത് അവളാണ്. പ്രഭാതത്തിന്റെ നേരിയ പകൽവെളിച്ചത്തിൽ അവളെ കൂട്ടിക്കൊണ്ടുപോകുവാൻ അവളുടെ പ്രിയപ്പെട്ട ആരോ സ്റ്റേഷനിൽ കാത്തുനിൽക്കുമെന്നും അവൾ പറഞ്ഞു.

"ഞാനൊന്ന് കടവിലേക്ക്റെങ്ങ്യേതാ; മോളേ. പിന്നെ രാവിലെ്യാരു നടപ്പു ആവല്ലോ–"

ഓർമവെച്ച കാലം മുതൽ ഗുരിക്കളായിരുന്നു കടത്തുകാരൻ. മുൻകാലത്തെ സജീവ രാഷ്ട്രീയ പ്രവർത്തനത്തിന് അയവ് വന്നതോടെയാ

ണത്രെ, ഗുരിക്കൾ കടത്തുകാരനായത്.

"ഞാനിപ്പോ, പയേപോലെ മുഴ്വന്നേരേം കടത്തിലിരിക്കല് ല്ല, മോളേ. വയസായില്ലേ. പിന്നെ ശ്രീദരന് വേറെ പണ്യ്യൊന്നുവായിറ്റുല്ലല്ലോ. കൊറേ നേരം ഓനിരിക്കും. ഓനും പറ്റാണ്ട് വെര്ന്ന സമേത്ത് കോട്ട്യേമ്പ്രം തെരൂന്നൊരാളേം ഏർപ്പടാക്കീറ്റ്ണ്ട്."

ഗുരിക്കൾ തോർത്ത് മടക്കി തലയിലിട്ടു.

"ആട്ടേ, ന്റെ സ്സിതി എന്തൊക്ക്യാ. പാട്ട് പഢിക്കലൊക്ക്യെങ്ങനേണ്ട്?"

ഗുരിക്കൾക്ക് മുമ്പേ നടക്കാൻ പാകത്തിൽ ശ്രീദേവി വഴിയൊഴിഞ്ഞു നിന്നു. പിന്നെ ബാഗ് തൂക്കി പതുക്കെ പിറകേ നടന്നു.

"അക്കാദമീച്ചേര്വാ; വെലീയ്യെ വെലീയ്യെ വിദഗ്ദന്മാര്ടെ കീഴില് സംഗീതം അഭ്യസിക്ക്വാ –അതും തീര്വോനന്തപുരം പോലെത്തെ ചരിത്ര പ്രശസ്തീള്ളെ മണ്ണില്..... ഇദൊക്ക്യെന്താ കൊറഞ്ഞ കാര്യാന്നോ. ഒരർഥത്തില് മ്മളെപ്പോലത്തെ സാദുകുടുംബക്കാർക്ക് പറഞ്ഞതാണോ.

ഒക്കെ ഒര് ഭാഗ്യം–നിമിത്തം. അത് കൈവ്ടാണ്ട് നെലനിർത്തണം. അതിലാ കുട്ടീന്റെ കർമയോഗം കെഢക്ക്ന്നത്. അല്ലാണ്ട് ബസ്മം തൊട്ടതോണ്ടും പ്രാർഥിച്ചതോണ്ടും മാത്രല്ല?"

ഗുരിക്കൾക്ക് നല്ല അവശതയുണ്ട്. നടക്കുമ്പോൾ പാദമുറയ്ക്കാത്തപോലെ. ഇടയ്ക്കിടെ വരമ്പിന്റെ വഴുക്കലിൽ ചാളിപ്പോകുന്നുമുണ്ട്.

"ചെലപ്പോതോന്നും, ഒരു വടി കൈയില് വെക്കണം–ന്ന്. ഒരൂന്നിന്. പിന്നേ മഢിക്കും. അവനോന്റെ വയസിന്റെ അസ്ഖ്യതേം ശക്തിക്ഷയോന്നും മറ്റുള്ളോരെ അറീക്കാനുള്ളെ ഒരു വൈക്ലബ്യം എല്ലാ വയസന്മാർക്കും–ണ്ടാവ്ല്ലോ. അത്ന്ന്യായിരിക്കും."

ഗുരിക്കൾ ശ്രീദേവിയെ നോക്കി ചിരിച്ചു. പിന്നെ രണ്ടായി പിരിയുന്ന നടവഴിയിലൂടെ വലത്തോട്ട് തിരിഞ്ഞു കടവിനെ ലക്ഷ്യംവെച്ചുനടന്നു.

.... ഈ വൃദ്ധനായ മനുഷ്യന്റെ സ്നേഹപൂർണമായ നിർബന്ധമില്ലായിരുന്നെങ്കിൽ താൻ അക്കാദമിയുടെ പടിവാതിൽപോലും കാണില്ലായിരുന്നു എന്ന് ശ്രീദേവി ഇപ്പോൾ കനിവോടെ സ്മരിക്കുന്നു.

തോടും കടന്ന് പടിഞ്ഞാറേ വയലിലൂടെ ഭാണ്ഡവും തൂക്കി ശ്രീദേവി വരുന്നത് കണ്ട് ഉണ്യേമ പകച്ചുനിന്നു. ഉണ്യേമ ശ്രീദേവിയെ ആപാദചൂഡം നോക്കി; പിന്നെ ചുരിദാറിൽ തിരുപ്പിടിച്ചു.

"–ഇന്നേപ്പം കണ്ടാല് പെറ്റണീറ്റപോലെണ്ടല്ലോ– കുട്ട്യേ. കവ്ളൊക്കെ തടിച്ച് ഓറഞ്ചുപോലണ്ട്ല്ലോ. മൊലേം ഉരുണ്ട് ബണ്ണംവെച്ചിക്ക്–"

ഈ ഉണ്യേമ ഒന്ന് ഒച്ച കുറച്ചെങ്കിലും പറഞ്ഞാൽ മതിയായിരുന്നു എന്ന് ശ്രീദേവി വിചാരിച്ചു.

"ഈ ഭാണ്ഡത്തിലെന്താ– മോളേ."

"ഒക്കെ മുഷിഞ്ഞതാ. എല്ലോന്ന് അലക്കീട്ടിട്ട് നല്ലോണം ഒന്ന് മുങ്ങിക്കുളിക്കണംന്ന് വിചാരിച്ചിറങ്ങ്യതാ".

"അപ്പോ ഞ്ഞി തീണ്ടാർന്നിരിക്ക്വാ?"

ശ്രീദേവി ഒന്നും പറയാനാവാതെ ചുറ്റുംനോക്കി.

വർഷങ്ങൾക്ക് മുമ്പ്– ഈ നീരൊഴുക്കിലിറക്കി നിർത്തി മുത്തശ്ശി പറഞ്ഞു–

"ക്ഴക്കോട്ട് തിരിഞ്ഞ് സൂര്യ ഭഗ്വാനെ തൊഴ്തോളൂ, കുട്ടീ."

പിന്നെ തട്ടത്തിൽ വച്ച അലക്കിയ മുണ്ട് നിവർത്തിപ്പിടിച്ച് പറഞ്ഞു:

"മുറുക്കി തറ്റുടുത്ത് അപ്പാറാട്ട്യങ്ങ് കന്ന്വ്വാള് മോളേ."

"ഇനി ഈ തെങ്ങിൻ പൂക്കുല കല്ലിലടിച്ച് മെല്ലെ പൊളന്ന്ളയ്–"

പിളർന്നുകൊടുത്ത തെങ്ങിൻ പൂക്കുല നിവർത്തി കണ്ണുകളെണ്ണി മുത്തശ്ശി പറഞ്ഞു:

"നല്ലെ സന്താനയോഗംണ്ട്. നാല് ആണും രണ്ട് പെണ്ണും."

ഓർക്കുമ്പോൾ ശ്രീദേവിക്ക് ചിരിയടക്കാനാവുന്നില്ല.

അന്നത്തെ തിരണ്ടുകല്യാണത്തിന് ഈ ഉണ്ണ്യേമയും സാക്ഷിയായിരുന്നു.

"കല്യാണപ്രായായെ പെങ്കുട്ട്യേള് മാസമൊറക്ക് മുങ്ങിക്കുളിക്ക്വാമെർന്ന കാണ്മ്പോ ഉള്ളിലൊര് സമാദാനാ, മോളേ. കെറുപ്പംല്ലാന്ന് ഒറപ്പായല്ലോ–"

ഹോ, ഈ ഉണ്ണ്യേമ.

തോട്ടുവക്കിലെ നീരൊഴുക്കിൽ ഉണ്ണ്യേമയുടെ വർത്തമാനം കേട്ട് നെറ്റിയിൽ പൊട്ടുള്ള പരൽമീനുകൾ നാണം കുണുങ്ങി മുങ്ങാംകുഴിയിട്ടു.

പാറപ്പുറത്ത് സന്ധ്യയുടെ നിഴൽ പതിഞ്ഞുതുടങ്ങിയിരിക്കുന്നു. വേനൽ മഴയുടെ നനവാറിയിട്ടില്ലാത്ത കറുത്ത ശിലകളിൽ പെരുവിരലമർത്തി ശ്രീദേവി താഴ്വാരമിറങ്ങി. അപ്പുറത്ത് അമ്പലമാണ്. അവിടെ രാജീവന്റെ ഇടയ്ക്കയും പതിഞ്ഞമരുന്ന താളത്തിൽ അഷ്ടപദിയും കേൾക്കുന്നുണ്ട്.

നിന്ദതി ചന്ദനമിന്ദുകിരണ മനുവി
ന്ദതി ഖേദമധീരം

വ്യാളനിലയ....

ഹേ മാധവാ, അങ്ങയെ പിരിഞ്ഞ് ദുഃഖിച്ചിരിക്കുന്ന രാധ അങ്ങയിൽത്തന്നെ ധ്യാനനിമഗ്നയായി...

"വന്നിട്ട്ണ്ട് ന്ന് കേട്ടു..."

അമ്പലക്കിണറിന്റെ ആൾമറ ചാരി നിൽക്കുകയായിരുന്ന ശ്രീധരൻ ശ്രീദേവിയെ കണ്ട് ഇറങ്ങിവന്നു. സോപാനത്തിങ്കൽനിന്ന് രാജീവനും ചിരിച്ചു.

"വന്നൂന്ന് ഗുരിക്കൾ പറഞ്ഞറിഞ്ഞു." കണ്ട മാത്രയിൽ വൃദ്ധനായ ശാന്തിക്കാരൻ പറയുന്നു: "വഴിയില്വെച്ച് ഗുരിക്കളെ കണ്ടപ്പോ വിവരൊക്കെപ്പറഞ്ഞു. ഗുരിക്കള് കാവിലോട്ട് പോവ്വായിരുന്നത്രെ."

"അതെ—" ശ്രീദേവി വിനയപൂർവം തലകുനിച്ചുനിന്നു.

മനസിലെ ലഹരി ഇടയ്ക്കയുടെ മൃദുതാളത്തിൽ പതഞ്ഞും നിറഞ്ഞും രാജീവന്റെ കണ്ണുകളും തഴുകിയിളകുന്നു.

"അവടെ സുഖേല്ലേ–ന്ന് ചോദിക്കണ്ടതില്ലാ." വൃദ്ധൻ തുടർന്നു: "അവിടെ എത്ത്യവരാരും മോശായിട്ടൂംല്ലാ. ശ്രീപത്മനാഭന്റെ നാടല്ലേ, ശ്രീ മഹാവിഷ്ണു കനിഞ്ഞ് വരപ്രസാദം നൽകി അനുഗ്രഹിച്ച മണ്ണ്. കൃഷ്ണ കൃഷ്ണാ, കാണംണ്ടെ സ്ഥലം തന്ന്യാണേയ്." ശാന്തിക്കാരൻ പ്രസാദം നീട്ടി. ശ്രീദേവി കൈക്കുമ്പിളിൽ പ്രസാദം വാങ്ങി.

"...ഹസതി, വിഷീദതി, രോദിതി..... സാ വിരഹേ തവദീനാ–"

തലകുനിച്ച് കുമ്പിട്ട് വണങ്ങി രാജീവൻ ചുവടുകൾ പിന്നിലോട്ട് വെച്ച് മാറിനിന്നു. ഇടയ്ക്ക നിശ്ശബ്ദമായി.

"ഇപ്പോ ഇങ്ങന്യൊക്കെ തൊടങ്ങിട്ട്ണ്ട്. വല്ലപ്പോഴും ഒര് നേർച്ച്യായിട്ട് ഒരു സോപാനസംഗീതം... നന്നായിരിക്കട്ടെ."

വൃദ്ധൻ മിഴികൾ കൂപ്പി. എന്നിട്ട് ചോദിച്ചു:

"തിരുവനന്തപുരത്ത് പോയിട്ടുണ്ടോ?"

"പോണം" രാജീവൻ മറുപടി പറഞ്ഞു.

"പോണം–ന്ന് തന്നെയാ ഞാനും പറേണത്. ഞാൻ ഒരുതവണ പോയതാ! അവ്ടെ പോക്ന്നെങ്കില് ശ്രീപത്മനാഭസ്വാമീക്ഷേത്രം ഒന്ന് സന്ദർശിക്കണം. മഹാവിഷ്ണു –ഇഷ്ടൻ സദാ ശയനത്തിലാണ്."

"കേട്ടിട്ടുണ്ട്.". രാജീവൻ പറഞ്ഞു

"നൂറ്റെട്ട് വൈഷ്ണവക്ഷേത്രത്തിൽ കുളിച്ചുതൊഴുത് വരുന്നതിന് തുല്യാന്നാ ഒര് തവണ ശ്രീപത്മനാഭനെ തൊഴുത് വണങ്ങാൻ കഴീയ്യാ – എന്ന് പറഞ്ഞാൽ..."

വൃദ്ധൻ വാചാലനാവുന്നത് കണ്ട് ശ്രീധരൻ നടയ്ക്കലേക്ക് വന്നു.

"കയറീട്ട്ണ്ടോ, അതിന്റെ ഗോപുരത്തില്?"

"ഇല്ല" ശ്രീദേവി പറഞ്ഞു.

"ഒന്ന് കയറിക്കാണ്വന്നെ വേണം. ബഹുവിശേഷം. അപ്പുറത്ത് വിമാനം വന്നിറങ്ങുന്നത് കാണാം. സദാ നിലയ്ക്കാത്ത കാറ്റാണ്, തൊട്ടപ്പുറത്ത് കടലല്ലേ. കേട്ടിട്ടില്ലേ, ശംഖുമുഖം. അവ്ട്യല്ലേ മഹാരാജാവിന്റെ ആറാട്ട് നടക്ക്ണത്. കൃഷ്ണ,കൃഷ്ണാ– ഒക്കെ ഒന്നുകൂടി കാണാന്ള്ളെ ഭാഗ്യംണ്ടാക്കിത്തരണേ".

ആൽമരത്തിന് പടിഞ്ഞാറ് പകലിന്റെ താഴികക്കുടം താണുകഴിഞ്ഞിരിക്കുന്നു.

വെള്ളിലക്കാടുകളിൽ ചെറുകിളികൾ ഒതുങ്ങിത്തുടങ്ങി.

ഇടവഴികളിൽ ഇരുട്ടിന്റെ മുടിയിഴഞ്ഞുതുടങ്ങിയിരിക്കുന്നു. ചരലുകൾക്കിടയിൽ എന്നിട്ടും മഞ്ചാടിക്കുരു തെളിഞ്ഞു കാണുന്നുണ്ട്. പണ്ട് ശ്രീദേവിയും രാജീവനും ഒന്നിച്ച് ഇതുപോലെ കൈകോർത്ത് ഇടവഴികളിലൂടെ നടന്നുപോകുന്ന കാലത്ത് ഒരിക്കൽ ശ്രീദേവി ചോദിച്ചു:

"മഞ്ചാടിക്കുരു കുഴിച്ചിട്ടാ പൊടിക്ക്വോ?"

"ങ്ഉം–" രാജീവന്റെ മറുപടി കേട്ടപാടേ അവൾ വീട്ടിലേക്കോടി. പിന്നെ ചാണകം മെഴുകിയ വെറും നിലത്ത് ചമ്രംപടിഞ്ഞിരുന്ന്, വളപ്പൊട്ടുകൾ ശേഖരിച്ചു കൂട്ടാറുള്ള അളു നിറച്ചും കരുതിവെച്ച മഞ്ചാടിക്കുരുക്കൾ നിലത്തിട്ടു. വെള്ളില കൂട്ടിമെഴുകി മിനുക്കിയ നിലം അഞ്ജനക്കല്ലുപോലെ തിളങ്ങുന്നുണ്ടായിരുന്നു.

"മഞ്ചാടി പൊടിച്ച് മരായി വെരുമ്പോ പിന്നേം പിന്നേം കുരുണ്ടാവില്ലേ?"

"ങ്ഉം–"

"പിന്നെ അതൊക്കെ കുഴിച്ചിട്ട് പൊടിച്ച് വലുതാവുമ്പോ പറമ്പെല്ലം കാടാവൂല്ലേ?"

"ങ്ഉം–"

"അങ്ങനെ മഞ്ചാടിക്കാട്ടില് കുരുവീണ് നിറയുമ്പോ കാണാനെന്തൊര് ഭംഗ്യായ്‌രിക്കും?"

"ങ്ഉം."

"പറമ്പ് ഒരു ചോന്ന കടലുപോലെണ്ടാവും–ല്ലേ."

മഞ്ചാടിയിൽ കൈപ്പത്തികളമർത്തി രാജീവനും ശ്രീദേവിയും അനന്തമായ മഞ്ചാടിക്കടൽ സങ്കൽപ്പിച്ച കാലം. അതിന് മുകളിൽ തണൽ വിരിയിക്കുന്ന വൃക്ഷത്തലപ്പുകൾ. വൃക്ഷത്തലപ്പുകളിൽ അണ്ണാനും കുയിലും വണ്ണാത്തിപ്പുള്ളുകളും.

രാജീവൻ ശ്രീദേവിയുടെ കൈപ്പത്തിയിൽ കൈപ്പത്തിയമർത്തി.

"രാജീവേട്ടന് ഒക്കെ ഓർമ്മേണ്ടോ?"

"ങ് ഉം."

ഇടവഴിയിൽ ഇരുട്ട് കനം തൂങ്ങുകയാണ്. രാജീവൻ ശ്രീദേവിയെ ചേർത്തുപിടിച്ചു. ശ്രീദേവിയുടെ മുടിയിഴകളിൽ കാച്ചെണ്ണയുടെ പഴയ ഗന്ധം.

"നിന്ദതി ചന്ദനമിന്ദുകിരണമനു വിന്ദതി... സാവിരഹേ തവദീന.."

രാജീവന്റെ മനസ്സ് അഷ്ടപദിയുടെ പദങ്ങളിൽ ഒഴുകി.

"ദേവദേവ കലയാമിതേ–"

മകളുടെ സംഗീത സാധകം കേട്ട് പണിക്കർ പാറമടയിൽനിന്നു. മനസിൽ മഹാസങ്കീർത്തനങ്ങളുടെ രാഗലയമുയരുന്നു.

"ദേവദേവ കലായാമിതേ–ചരണാംബുജ സേവിതം; ദേവ... ദേവ..."

അമൃതധാര മനസിലേക്കിറങ്ങി വരികയാണ്–

"ദേവീ മഹാമായേ...."

പണിക്കർ പ്രാർഥിച്ചു. പാറമടയിൽ തണുത്ത കാറ്റുവീശി. പണിക്കർ തോർത്തുവെച്ച് മുഖം തുടച്ചു. പിന്നെ മകളുടെ മഹാസിദ്ധിക്ക് കാതോർത്ത് മനസ്സ് ചേർത്ത് വീടിന് പുറകിലെ പാറമടയിൽ ഒരു ശില്പം പോലെ നിന്നു.

ഇത് മലയന് ദൈവം കനിഞ്ഞുനൽകിയ വരദാനം; മഹാസിദ്ധി.

തലമുറകളിലൂടെ കൈമോശം വരാതെ കാത്തുപോന്ന മഹാ പാരമ്പര്യം, സംഗീതം.

ഇത് മലയന്റെ വംശം മനസിലും ആത്മാവിലുംവെച്ച്, നിറവിളക്കു പോലെ നിലനിർത്തുന്ന മഹാപുണ്യം–സംഗീതം.

# 7

# ചന്തമ്മന്റെ സർക്കസ് കമ്പം

പ്രഭാതത്തിൽ കാല്കുറുകിയ ഒരു കുള്ളനും കഴുത്തിൽ വട്ടീസ് കെട്ടിയ ഒരു ചെറുപ്പക്കാരനുംകൂടി പുതിയങ്ങാടിയിൽ പോസ്റ്ററൊട്ടിക്കാൻ വന്നു. അവരെക്കണ്ട്, കുമാരന്റെ ചായപ്പീടികയിൽനിന്നവർ റോഡിലേക്കിറങ്ങി.

"ഓർക്കാട്ടേരി കച്ചേരി മൈതാനിയിൽ വിശ്വപ്രസിദ്ധമായ–''

കുഞ്ഞേ്യക്കൻ പോസ്റ്ററിലെ വാചകങ്ങൾ ഉച്ചത്തിൽ വായിച്ചു.

"ഓർക്കാട്ടേരീല് സറ്ക്കസ്സോ!"

കേട്ടുനിന്നവരിൽ ചന്തമ്മൻ കോരിത്തരിച്ചു. കാലത്ത് കുറ്റ്യാടിയിൽ നിന്ന് കൊപ്ര കയറ്റി വരിവരിയായി പെരുവാട്ടിൻ താഴേക്ക് പോകുന്ന കാളവണ്ടികളും നോക്കി ഇറങ്ങുന്നതാണ് ചന്തമ്മൻ. നേരം പരപരാ വെളുക്കുന്ന നേരത്ത് പതിവുതെറ്റാതെ കാളവണ്ടികൾ പുതിയങ്ങാടിയിലെത്തുന്നു. കാളവണ്ടിയുടെ കുടമണിയൊച്ച കേൾക്കുമ്പോൾ താഴോട്ടു നടക്കാൻ തുടങ്ങുന്ന ചന്തമ്മനെ കാൺകെ കാളകൾ ചരിഞ്ഞ് തലയാട്ടുന്നു. എന്നിട്ട് കടക്കണ്ണിട്ട് ചന്തമ്മനെ നോക്കി അരുമയായി ഒരു കുപ്പ ചാണകമിട്ടുകൊടുക്കുന്നു! വണ്ടിക്കാളകൾ കനിഞ്ഞ് ഇട്ടുതരുന്ന ചാണകം ചൂടോടെ വാരിയെടുത്ത് കുട്ടയിലാക്കി ചന്തമ്മൻ ഇലക്ട്രിക്ക് പോസ്റ്റിൽ കൈ തുടയ്ക്കുന്നു.....

അങ്ങനെയങ്ങനെ കുട്ട നിറയുമ്പോൾ ചന്തമ്മൻ കടുപ്പത്തിലൊരു ചായയ്ക്ക് ഓർഡർ കൊടുക്കുന്നു:

"കുമാരാ, ബെള്ളംകൂട്ടി നല്ല കഡുപ്പത്തില് ഒര് ചായ. ചൂടാറാണ്ട് കുപ്പിക്ലാസ്സില് പൊടീട്ടെട്ത്തോളണേ"–

സർക്കസ് വിവരം കേട്ടതോടെ ചന്തമ്മൻ ആവിപാറുന്ന ചാണകക്കുപ്പ മറന്നു; കുടമണിയൊച്ചയും കാളവണ്ടിയും മറന്നു.

"ദിവസോം മൂന്ന് കളീണ്ട്."

കുള്ളനാണ് പറയുന്നത്.

"കണ്ണ് കെട്ടി കത്ത്യേറ്ണ്ട്... ട്രപ്പീസും ഹിപ്പപ്പൊട്ടാമസുംണ്ട്."

അവസാനം പറഞ്ഞത് മാത്രം ചന്തമ്മന് മനസിലായില്ല. പണ്ട് തലശ്ശേരി കമലാ സർക്കസ് കളിച്ചകാലത്ത് ചന്തമ്മൻ പോയി ടി

ക്കറ്റെടുത്ത് കണ്ടിട്ടുണ്ട്. മൂന്നു സ്ഥലത്ത് ഒരേസമയത്ത് മൂന്നു കളികൾ. ത്രീറിംഗ്. അന്ന് സർക്കസ് കഴിഞ്ഞിട്ടും ചന്തമ്മൻ കൂടാരത്തിനകത്ത് കാത്തിരുന്നതാണ്. ആകാശത്തിലേക്ക് അടിക്കുന്ന ഞെക്കുവിളക്ക് കാണാൻ. ഒടുക്കം ആരോ പറഞ്ഞുകൊടുത്തു– സർച്ച് ലൈറ്റ് ടെന്റിന് പുറത്താണെന്ന്.

അങ്ങനെ ടെന്റ് ചുറ്റിനടന്ന നേരത്താണ് ഒറ്റച്ചക്രമുള്ള സൈക്കിളിൽ അഭ്യാസം കാണിച്ച പെൺകുട്ടി ഷഡ്ഡി മറച്ച് പാവാട വലിച്ചുടുക്കുന്നത് ചന്തമ്മൻ കണ്ടത്. അന്ന് ചന്തമ്മന് ചെറിയ പ്രായം. അതോടെ സർക്കസെന്നു കേട്ടാൽ ചന്തമ്മൻ മറ്റെല്ലാം മറക്കുന്നു.

“ഇങ്ങളെ സറ്ക്കസില് ജീവ്യേള്ണ്ടോ?”

കുഞ്ഞേ്യക്കൻ ചോദിച്ചു.

പ്രഭാതത്തിൽ തെങ്ങ് ചെത്താൻ ഇറങ്ങുന്നതിനിടെ ഒരു ചൂടുചായ കുടിക്കാൻ കാത്തുനിന്നതായിരുന്നു കുഞ്ഞേ്യക്കൻ.

“ജീവ്യേളോ?”

കുള്ളൻ കോളറിൽത്തട്ടി ഞെളിഞ്ഞുനിന്നു.

“എന്നാ കേട്ടോളീം– ഞമ്മളെ സർക്കസില് ആനേണ്ട്, കുതിരേണ്ട്, സിംഹോണ്ട്, കരഡി, ജിമ്പാൻസി, കരിങ്കൊരങ്ങ്, ചെമ്മരിയാട്... പിന്ന ഞമ്മളും. അങ്ങനെ മൊത്തം നൂറോളം ജീവ്യേള്ണ്ട്– എല്ലാത്തിനേം ഒന്നിച്ച് കാണണ്ണേങ്കല് ബ്യായായ്ശ്ശ ഉൽഘാടനത്തിന് ബെരീം.”

“അയിന് ടിക്കറ്റോ?”

ചന്തമ്മൻ ചോദിച്ചു.

“ടിക്കറ്റിന് ബെശമംല്ല.”

ഇപ്പോൾ ചെറുപ്പക്കാരൻ നാവെടുക്കുന്നു.

“ആഡ ബന്നിറ്റ് സറ്ക്കസ്സിലെ കുതിരേന കുളിപ്പിച്ച് തന്നാമയീ.”

കൂട്ടംകൂടി നിന്നവർ പൊട്ടിച്ചിരിക്കവേ കുമാരൻ കടുപ്പത്തിൽ രണ്ട് ചായയടിച്ചു കൊടുത്തു.

“ഇങ്ങളേഡ്ത്ത്റാറാ!”

“ഞമ്മള് തലശ്ശേരിക്കാറാപ്പാ. ജനിച്ച് ബളർന്നതെല്ലം സർക്കസ് കൂടാരത്തിലാന്ന് മാത്ത്റം”

കുള്ളൻ ചായ ഊതിയൂതിക്കുടിച്ചു. അകലെ, ട്രാൻസ്ഫോമറിനും അപ്പുറത്ത് കാളവണ്ടികളുടെ കുടമണിയൊച്ച കേട്ടു.

**തോട്ടിൻ**കരയിലെ വരമ്പുകളിലും വയലിലും ദേശാടനക്കിളികൾ ഇറങ്ങിക്കഴിഞ്ഞു. അവ വയലുകളിൽ പരതിയും കൊത്തിക്കൊറിച്ചും കുറുകിയും... ഇത്തവണയും വന്നെത്തിയത് പതിവ് ഇനത്തിൽപ്പെടുന്ന കൊക്കുകൾതന്നെയാണെന്ന് കുഞ്ഞേ്യക്കൻ മനസിലാക്കി. അവയിൽ അപൂർവം ചിലതിനുമാത്രം വലുപ്പം കൂടിയ കൊക്കുകളും വർണച്ചിറകുകളുമുണ്ട്.

അനേകം നാഴികകൾ താണ്ടി, കരകളും കടലും കടന്ന് വരുന്നവയാണിവയെന്ന് പറഞ്ഞു തന്നത് ഗുരിക്കളായിരുന്നു. ഗുരിക്കളുടെ ചെറുപ്പത്തിലും ഈ പക്ഷികൾ ഇവിടെ വരാറുണ്ടായിരുന്നുവത്രെ. പിന്നെ ഇടയ്ക്കെപ്പൊഴോ നാട്ടിൽ തിരിച്ചുവന്ന പട്ടാളക്കാരൻ– ഒരു കേണൽ അടിയോടി– പാർത്തിരുന്ന് പക്ഷികളെ വെടിവെച്ച് പിടിക്കാൻ തുടങ്ങിയപ്പോൾ എല്ലാം സ്ഥലംവിട്ടു.

അന്തിനേരത്ത് ബ്രാണ്ടി കഴിക്കാനുള്ള തത്രപ്പാടിൽ വെടിയിറച്ചിക്കുള്ള എളുപ്പവഴി കണ്ടെത്തിയതായിരുന്നുവത്രെ, അടിയോടി. തോട്ടിൻ കരയിൽ വെടിയൊച്ച കേട്ട് തിരി പൊട്ടിച്ചതാണെന്ന് കരുതിയ മാലോകർക്കുമുമ്പിലൂടെ അടിയോടി വെടിവെച്ചു പിടിച്ച കൊക്കുകളെ തലകീഴായി തൂക്കിപ്പിടിച്ച് നടന്നു. അവയ്ക്ക് മുകളിലൂടെ അന്തിമാനത്ത് കിളികൾ ചിറകടിച്ച്, കൊക്ക് പിളർന്ന്, വിരണ്ട് വട്ടം പറന്നു.

മൂന്നാംനാൾ ഗുരിക്കളും സംഘവും ചേർന്ന് അടിയോടിയെ തടഞ്ഞു. ദേശാടനക്കിളികളെ ഉപദ്രവിക്കരുതെന്ന് പറഞ്ഞ സഖാക്കൾക്കുനേരെ കേണൽ തോക്ക് നീട്ടിപ്പിടിച്ചു. നീട്ടിപ്പിടിച്ച തോക്ക് തട്ടിത്തെറിപ്പിച്ച് ഗുരിക്കൾ തോട്ടിലെറിഞ്ഞു.... പട്ടാളക്കാരനുമായി നടത്തിയ മൽപ്പിടുത്തത്തിൽ ഗുരിക്കളുടെ ദേഹമാസകലം ചോരപൊടിഞ്ഞു. ഗുരിക്കളെ തല്ലാനുയർത്തിയ കേണലിന്റെ കൈ സഖാക്കൾ പടംതിരിച്ച് വിട്ടു. ഒടിഞ്ഞുതൂങ്ങിയ കൈ ശരീരത്തോട് ചേർത്തു പിടിച്ച് പട്ടാളക്കാരൻ തോട്ടുവക്കിലൂടെ പലായനം ചെയ്തു.

പിറ്റേന്ന് പൊന്നാറത്ത് മീത്തൽ, കേണൽ അടിയോടി താമസിച്ച വാടകവീട്ടിന്റെ നടയിൽ, ചെറിയ ഒരു ഭാണ്ഡവുമായി അരിവെപ്പുകാരി കുന്തിച്ചിരുന്നു കരഞ്ഞു.

അവർ വടക്ക് എവിടെയോ ആണ്. അവർക്ക് ഗർഭമായിരുന്നുവത്രെ. കേട്ടറിഞ്ഞ ചരിത്രകഥകളുമോർത്ത് കുഞ്ഞ്യേക്കൻ കൈക്കണ്ടത്തിലൂടെ നടന്നു.

**കൈ**ക്കണ്ടത്തിലെ തൈത്തെങ്ങുകളിൽനിന്ന് ആരോ കള്ള് മുഴുവൻ കട്ട് കുടിച്ചിരിക്കുന്നു... പ്രഭാതത്തിൽ പാനി നിറച്ചും കള്ള് ഊറിയിറങ്ങുന്നതാണ്; ഇപ്പോഴതത്രയും കാലിയായിരിക്കുന്നു. അടിയിൽ ഊറിക്കിടക്കുന്ന മട്ടിക്ക് മുകളിൽ ഒരിറ്റ് കള്ള്.

ഇതിങ്ങനെ ആദ്യമായിട്ടാണ്. ഉച്ചവരെ കുഞ്ഞ്യേക്കന്റെയുള്ളിൽ വല്ലാത്തൊരു കാളലായിരുന്നു. ഉച്ചക്കള്ളിനും അന്തിക്കള്ളിനും കുറവൊന്നും കാണാഞ്ഞിട്ടും കുഞ്ഞ്യേക്കന്റെ ഉള്ളിലെ കാളൽ കുറഞ്ഞില്ല.

പുതിയങ്ങാടി മുക്കിലെ കള്ളുഷാപ്പിന്റെ പരിസരത്ത് കുഞ്ഞ്യേക്കൻ ആലോചനയിലാണ്ട് ഇരുന്നു.

**വെ**യിൽ താണനേരത്ത് അലങ്കരിച്ച ഒരു വില്ലുവണ്ടി ഓർക്കാട്ടേരിയിൽനിന്ന് പുതിയങ്ങാടിയിലേക്ക് വന്നു. വണ്ടിയുടെ വരവറിയിച്ചുകൊണ്ട്

ബാൻഡ്‌വാദ്യം. ബാൻഡുവാദ്യത്തിന് പിറകെ നെറ്റിപ്പട്ടം കെട്ടിയ കൊമ്പനാന. ആനയുടെ മുതുകത്ത് കിന്നരികെട്ടിയ സർക്കസ്സ് പരസ്യം. പരസ്യത്തിനൊപ്പം ഉച്ചഭാഷിണി.

"....വിശ്വവശ്യമായ അഭ്യാസപ്രകടനങ്ങളിലൂടെ ലോകം മുഴുവൻ പര്യടനം നടത്തി, ഇതാ, നിങ്ങളുടെ ഓർക്കാട്ടേരിയിലേക്ക് വന്നെത്തിയിരിക്കുന്നു- ഈ സുവർണാവസരം..."

വിളിച്ചു പറയുന്നത് പ്രഭാതത്തിൽ പോസ്റ്ററൊട്ടിക്കാൻവന്ന ചെറുപ്പക്കാരനാണ്. അവൻ കുമാരന്റെ ചായപ്പീടികയിലേക്ക് നോക്കി കൈയുയർത്തിക്കാണിച്ചു. അവന്റെ ജഴ്‌സിയിൽ പോളീഷ് ചെയ്ത് മിനുക്കിയ പിച്ചളമെഡലുകൾ ഇളകിയാടുന്നുണ്ട്.

ഏറ്റവും പിറകിലായി മൂന്ന് കഴുതക്കുട്ടികൾ. അവയോടൊപ്പം മൂന്ന് കോമാളികളും. കോമാളികൾക്കും കഴുതകൾക്കും ഒരേ പൊക്കം. കോമാളികൾ കഴുതകളെ തലോടുകയും ഇടയ്ക്കിടെ അവയുടെ പുറത്തേക്ക് വലിഞ്ഞു കയറാൻ ശ്രമിക്കുകയും ചെയ്തു.

അവരുടെ ഓരോ കോമിക്കും ഉച്ചത്തിലുള്ള കൃത്രിമ വളികളിൽ അവസാനിക്കുകയും അതുകേട്ട് മാലോകർ ചിരിക്കുകയും ചെയ്തു. വരാനിരിക്കുന്ന കൂടിയ തമാശകൾക്കുവേണ്ടി അവർ കോമാളികളോടൊപ്പം നടന്നു. അവരെ നോക്കി ഉണ്ന്യേമ റോഡരികിൽ തരിച്ചുനിന്നു. അതിലൊരു കോമാളി ഉണ്ന്യേമയുടെ ഭാഗത്തുചെന്ന് വെട്ടിത്തിരിഞ്ഞ് വളിവിട്ട് തിരിഞ്ഞോടി.

"പോയി തൂറീറ്റ് വാഡാ-"

ഉണ്ന്യേമ ഉച്ചത്തിൽ ശകാരിച്ചു. അതുകേട്ട് കോമാളി ഒരിക്കൽകൂടി കൃത്രിമ വളിയുണ്ടാക്കി. ഉണ്ന്യേമയുടെ ശബ്ദംകേട്ട് പൊക്കായി പീടികയുടെ മറവിലൂടെ സ്ഥലംവിട്ടു.

തണലിറങ്ങിയ പറമ്പു കയറി രാജീവൻ ഗുരിക്കളുടെ വീട്ടുമുറ്റത്ത് നിന്നു. ഇവിടെ നിൽക്കുമ്പോൾ, എന്തുകൊണ്ടോ, രാജീവന് ശ്രീധരന്റെ അമ്മയുടെ സാന്നിധ്യം അനുഭവപ്പെടുന്നപോലെ.

നെറ്റിയിൽ കുറിയിട്ട്, ചുണ്ടിൽ സ്നേഹം വഴിയുന്ന പുഞ്ചിരി നിലനിർത്തി... ഗുരിക്കൾ കടവിലേക്ക് പോയശേഷം തൊഴുത്തിന്റെ ഭാഗത്തേക്ക് ഇറങ്ങിയതായിരുന്നു, അവർ. തൊഴുത്തിനോട് ചേർന്ന് പച്ചപ്പുല്ല് കെട്ടുണ്ടായിരുന്നു. മഞ്ഞുവീണ് അത് കുതിർന്നിരുന്നു. അതിലൊര് പിടി പുല്ല് വലിച്ചെടുക്കാനുള്ള ശ്രമത്തിനിടയിൽ വലതുകാലിൽ എന്തോ ആഞ്ഞുകൊത്തിയത്രെ. ഒന്ന്, രണ്ട്, മൂന്ന്-

മൂന്നാമത്തെ ദംശനത്തിൽ അമ്മ കുഴഞ്ഞുവീണു.

പിന്നെ സ്വപ്നങ്ങളും ചിന്തകളും ദുഃഖങ്ങളുമില്ലാത്ത ലോകത്തിലേക്ക് അവർ ഒരു പക്ഷിത്തൂവൽ പോലെ....

ഒന്നരക്കൊല്ലമായി.

വളരെ താമസിച്ചായിരുന്നുവത്രെ, ഗുരിക്കൾ കല്യാണം കഴിച്ചത്. കിളിവാതിൽക്കലെ കാറ്റുപോലെ ഗുരിക്കളുടെ ജീവിതത്തിൽ അവരൊരു

നിറസാന്നിധ്യമായിരുന്നു...

രാജീവൻ പതുക്കെ കോലായിലേക്ക് കയറി. മുൻവാതിൽ ചാരി വെച്ചിട്ടേയുള്ളു. അകത്ത് ആളനക്കമില്ല. തിരിച്ച് പറമ്പിറങ്ങി തോട്ടുവക്കിലൂടെ നടക്കുമ്പോൾ നേരെ മുൻപിൽ ഉണ്യേമ.

ഉണ്യേമ തലക്കുട മാറ്റിപ്പിടിച്ചു–

'എഡ, രാചീബാ–'

രാജീവൻ നിന്നു. ഉണ്യേമ അടുത്തേക്ക് നീങ്ങിനിന്നു:

"ഇഞ്ഞി എളന്നീം ബരവ്ന് ചെണ്ട മുട്ട്വാമ്പോന്നില്ലേ ഡാ."

"അത് നാള്യ്യല്ലേ, ഉണ്യേമ്മേ. അയ്ന് ഇന്നേ പോയി ന്ക്കണോ?"

ഉണ്യേമ ചിരിച്ചു.

ചിരിച്ച് ചിരിച്ച് ഉണ്യേമ രാജീവന്റെ മടിക്കുത്തിൽപ്പിടിച്ചു.

"എന്റഡ്ത്ത് ഒന്നൂല്ല, ണ്യേമ്മേ. എനക്ക് പണ്യൂം തൊരോം ന്നൂല്ലാലോ."

"മലേനെന്തിനാഡാ; പണീ. ഓന് പടച്ചോന്തന്നെ തൊയ്‌ല് വെച്ചിക്കില്ലേ. ഒര് ചെണ്ട– അല്ലേങ്കലൊര് ചീനിക്കൊയല്. പിന്നെ രണ്ട് മന്തിരിച്ചൂതലും ഒര് മാറ്റലും. മലേന് പൈശ്യ്യായില്ലേ, ഡാ."

സർപ്പപ്പാട്ട്, കാലൻപാട്ട്, വേടൻപാട്ട്, ഓണപ്പൊട്ടൻ, തെയ്യം, തെറ.

എല്ലാം ഉണ്ടായിട്ടും മലയന്റെ തോളിലെ മാറാപ്പ്... രാജീവൻ ഇടയ്ക്ക ഉയർത്തിപ്പിടിച്ചു. അപ്പോൾ ഉണ്യേമ അതിലൊര് ചൊട്ടുകൊടുത്തു.

നിറജലാശയത്തിൽ നേർത്തുമിനുത്ത ഒരു വെള്ളാരം കല്ല് പതിച്ചപോലെ ഇടയ്ക്ക ചിരിച്ചു.

"മലേനാരാഡാ– ദൈവത്തിന്റെ പ്രതിപുരുഷനല്ലേ?"

ഉണ്യേമ ഒരിക്കൽകൂടി ഇടയ്ക്കയെ ഉണർത്തി.

രാജീവൻ ഇടയ്ക്ക മാറ്റിപ്പിടിച്ചു.

"പ്രളയപയോധിജലേ–"

"എഡാ, രാചീബ്ാ–"

ഉണ്യേമ വിളിച്ചു.

"ഇഞ്ഞ്യ്യപ്പളാഡാ ഓള കല്യാണം കയ്ക്ക്ന്ന്യേ?"

"ആര?"

"അമ്പെഡ, കള്ളാ; ഇന്റെ അമ്മാമനില്ലേഡാ; ആണ്ടിപ്പണിക്കറ്. ഓറെ മോളില്ലേഡാ, ശീദേവി. പാട്ട്കാരത്തിപ്പൈങ്ക്ളിപ്പെണ്ണ്....

ഓള് നല്ലണം തഡിച്ച് ബണ്ണം ബെച്ചിക്ക്ണ്ടെഡാ."

രാജീവൻ ഒന്നും പറയാതെ തലതാഴ്ത്തിനിന്നു.

ഉണ്യേമ അവന്റെ താടിയിൽ വിരലുവെച്ച് പൊക്കി. രാജീവൻ നടന്നു.

"ന്ക്കെഡാ, രാചീബ്ാ".

ഉണ്യേമ രാജീവനൊപ്പം നടന്നു.

"എഡാ, ഇഞ്ഞി ഒര് കാര്യം ചെയ്യണം."

"ങ്ഉം–"

"രാമൻ കൊളങ്ങര കോട്ടേല് നാഗചിറ്റമൃതിന്റെ വള്ളീണ്ട്. അത് പൊട്ടിച്ചെഡ്ത്ത്....."

''രാമൻ കുളങ്ങര ഇല്ലത്തിന്റെ വടക്കേ കോട്ടയിൽ പടർന്നു തൂങ്ങിയ നാഗചിറ്റമൃതിന്റെ വള്ളിപൊട്ടിച്ച് മൂന്നുദിവസം വെള്ളത്തിൽ കുതിർത്തു വെയ്ക്കുക. എന്നിട്ട് മൂന്നാംനാൾ അതിൽനിന്ന് നാരുകൾ വേർപെടുത്തി മാറ്റുക. പിന്നെ ഒരു സ്വർണപ്പണിക്കാരന്റെ ക്ഷമയോടും വൈദഗ്ധ്യത്തോടുംകൂടി മിനുമിനുത്ത നാരുകൾ കൂട്ടിപ്പിരിച്ച് സ്വർണനൂലു പോലെ കുറ്റമറ്റതാക്കിയെടുക്കുക. അത് പാണന്റെ വീണയിൽ...

''അങ്ങന്യാഡാ; പണ്ട് പുള്ളോമ്മാറ് വീണണ്ടാക്ക്യത്. അറിയോ, ഇനിക്ക്.''

മലയൻ–

പാണൻ–

വംശ പരമ്പരകളിൽ എവിടെയൊക്കെയോ ഇഴകൾ വേർപിരിഞ്ഞു പോയി. വേർപിരിഞ്ഞവർ ദിശകൾ മാറി സഞ്ചരിച്ചു. അവർ എത്തിയ ഇടങ്ങളിൽ താവളങ്ങളുറപ്പിച്ചു; പിന്നെ പെറ്റുപെരുകി, കുലങ്ങളും തറവാടുകളുമുണ്ടായി....

മലയൻ മാലോകർക്കുവേണ്ടി ദൈവവുമായി സംവദിച്ചു. ദൈവം അവനിലൂടെ ഉപദേശങ്ങൾ കൈമാറി.

മലയൻ ദൈവത്തിന്റെ പ്രതിപുരുഷൻ. അവൻ നമ്മുടെ നാട്ടിൽ വസൂരിയും ദുർമരണങ്ങളും അകറ്റി. നാഗകോപങ്ങളും കണ്ണേറുകളും മന്ത്രോച്ചാരണങ്ങളിലൂടെ മുക്തമാക്കി. അവൻ കണ്ടാകർണനും വസൂരിമാലയുമായി തെയ്യം തിറയാടി.

അതിലൊരു വസൂരിമാലത്തമ്പുരാട്ടി അമ്പലക്കിണറ്റിൽ ചാടിയ കഥ പറഞ്ഞിരുന്നു, മുത്തശ്ശി–

കോടമഞ്ഞിൽ തണുത്തുറഞ്ഞ പ്രഭാതം. അമ്പലപ്പറമ്പിൽ അടങ്ങാത്ത പുരുഷാരം. അവർക്കിടയിൽ വസൂരിമാലത്തമ്പുരാട്ടിത്തെയ്യം അഴിഞ്ഞാടുകയാണ്. ചുറ്റും പെരുകുന്ന ചെണ്ടമേളം. ചെണ്ടമേളത്തിന് മാത്രം ഇരുപത്തിയൊന്ന് മലയന്മാർ.

തമ്പുരാട്ടിയുടെ മേലാസകലം വസൂരിപ്പോളകൾ.

ഓട്ടുചിലങ്ക, കങ്കണം, കൊരണ്ടി, വസൂരിമാല ചുമലുകുലുക്കി.

അപ്പോൾ തമ്പുരാട്ടിയുടെ മുലത്തടത്തിൽനിന്ന് വസൂരിമണികൾ വിയർപ്പുമണികളായി ചിതറിത്തെറിച്ചു. തമ്പുരാട്ടിയുടെ ചുവടുകളിൽ ചെണ്ടമേളം കനത്തു. കാതുകളിൽ ഭക്തജനങ്ങളുടെ ആർപ്പുവിളി.

ഇടംവലം ചെവികൊടുത്ത് ചാഞ്ഞും ചരിഞ്ഞും തെയ്യമലറി. ആൽമരത്തിൽ കാറ്റ് കനത്തു. കുത്തുവിളക്കുകളിൽ നെയ്നാളമിളകി. ആരതികൾ ത്രസിച്ചു.

"അമ്മേ, ദേവീ."

തൊഴുതുനിന്ന ഭക്തജനങ്ങൾ കണ്ണടച്ചുകൂപ്പി. ആൽമരത്തിൽ പിന്നെയും കാറ്റ് കനത്തു. കാറ്റിൽ പെരുമരക്കൊമ്പിലെ കൊടിക്കൂറകളി

ളകിപ്പിടഞ്ഞു. കാഞ്ഞിരമരത്തിൽ ദേവനാഗങ്ങളുണർന്നു. നാഗങ്ങൾ തലകീഴായി തൂങ്ങിയാടി.

അമ്പലനടയ്ക്കൽ ഭക്തനിര തകർത്ത് വസൂരിമാല കുതിച്ചു. അപ്പോൾ അമ്പലക്കിണറിലെ ജലവിതാനം ഉയർന്നുവന്നു. അത് തമ്പുരാട്ടിയെ വാരിയെടുത്ത് തിരിച്ചിറങ്ങി... കുത്തുവിളക്കിലെ നെയ്ത്തിരികൾ അണഞ്ഞു. ആൽമരത്തിൽ കാറ്റ് തണുത്തു. ദേവനാഗങ്ങൾ കാണാമറയത്തേക്ക് വലിഞ്ഞു...

തോട്ടുവക്കിലൂടെ ഉണ്ണ്യേമ തിരിച്ചു നടക്കുന്നതും നോക്കി രാജീവൻ അമ്പലത്തിലേക്ക് തിരിഞ്ഞു.

# 8

# ഉണ്ണ്യേമയ്ക്ക് എണ്ണം പിഴയ്ക്കുന്നു

**രാ**വിലെ പതിവുപോലെ കുഞ്ഞേ്യക്കൻ കള്ളുചെത്താൻ കൈക്കണ്ടത്തിലേക്ക് ചെന്നു. അവിടെ ഏഴിലംപാലയോട് ചേർന്ന കുറ്റിക്കാട്ടിൽ കള്ള്പാനി പൊട്ടിച്ചിതറി കിടക്കുന്നു. തൊട്ടടുത്ത് വാട്ടിയ ഇലപ്പാറലിൽ മീൻമുള്ളും മുട്ടത്തോടും പിന്നെ തൊട്ടടുത്ത് ഒരു കത്രികമാർക്ക് സിഗരറ്റിന്റെ ഒഴിഞ്ഞ കൂടും. കുഞ്ഞേ്യക്കന് പൊട്ടിക്കരയാനാണ് തോന്നിയത്. പിന്നെ മനസിന്റെ ആഴങ്ങളിൽനിന്ന് അരിശം ഇരച്ചുകയറി. അവൻ ചുറ്റും പരതിനോക്കി. അപ്പോൾ ഇലപ്പാറലിന്നടിയിൽ മുഷിഞ്ഞു നാറിയ ഒരു കൈലേസ്.

കൈലേസും സിഗരറ്റ്കൂടുംവച്ച് കുഞ്ഞേ്യക്കന്റെ മനസ്സ് ഒരു കുറ്റാന്വേഷകന്റെ അവസ്ഥ പൂകി. പൊടുന്നനെ അവന്റെ ചിന്തകളിൽ അരണബാലൻ തെളിഞ്ഞു. അവനാണ് കത്രികമാർക്ക് സിഗരറ്റ് കൂടോടെ കൊണ്ടുനടക്കാറുള്ളത്. ഇത് അവൻ പതിവായി നെറ്റിയിൽ കെട്ടി നടക്കാറുള്ള കൈലേസും.

കുഞ്ഞേ്യക്കൻ ആഞ്ഞുവലിച്ച് ഗുരിക്കളുടെ വീട്ടിലേക്ക് നടന്നു.

വീട്ടിൽ ഗുരിക്കളും ശ്രീധരനുമുണ്ട്.

അതിരാവിലെ കള്ളുചെത്താനുള്ള സാമഗ്രികളുമായി അപ്രതീക്ഷിതമായി കുഞ്ഞേ്യക്കനെ മുറ്റത്ത് കണ്ട് ഗുരിക്കൾ ഇറങ്ങിവന്നു.

“ആദ്യത്തെ ദ്വസം ഓനെല്ലാ കള്ളും ഊറ്റിക്കുഡിച്ച്. പിറ്റേന്ന് സൗകര്യായിറ്റ് മീനും പൊരിച്ച് വന്ന്....”

കുഞ്ഞേ്യക്കൻ പറഞ്ഞുതീർത്ത് മുറ്റക്കൊള്ളിലിരുന്നു.

“ഒരാക്ക് ഒര് മോന്തിക്ക് കുടിക്ക്വാനാണെങ്ക്ല് അയ്നൊര് കണക്കില്ലേ. അപ്പോ അപ്പാടും പാററ്ന്ന് കൊണ്ട്വോണ്ട് ബിറ്റ് പൈശ്യാക്ക്വാനല്ലേ?”

കുഞ്ഞേ്യക്കൻ പറയുന്നത് ശരിയാണെന്ന് ഗുരിക്കൾക്കും തോന്നി.

“ഓൻ പോലീസിനെ ബെട്ടിച്ച് മുങ്ങ്യമുതല് ഇതൊര് തൊരാക്കീരി

ക്വാ! എന്തായാലും ഞാളൊര് മൂന്നാല് സഗാക്കള് കൈക്കണ്ടത്തില് കാവലിര്ന്ന് ഓനപ്പ്ടിച്ചിറ്റ് കാര്യം."

കുഞ്ഞേ്യക്കൻ കൈവച്ച് മുഖം തുടച്ചു.

"പിന്ന ഇക്കാര്യം ഇങ്ങളോടൊന്ന് അറീക്കണംന്ന്ണ്ടേനും. ഞാമ്പോട്ടേ."

കുഞ്ഞേ്യക്കനോടൊപ്പം വാതിലുംചാരി ഗുരിക്കളുമിറങ്ങി. നടത്തയിൽ അരണ ബാലനെ കണ്ടുകിട്ടുന്ന കാര്യമായിരുന്നു ഗുരിക്കളുടെ മനസ്സിൽ–

കാക്കണ്ണൂരിൽനിന്ന് പുതിയങ്ങാടിവഴി നരിക്കുന്നം തെരുവിലേക്കുള്ള ഇളനീർ നട പുറപ്പെടുകയാണ്.

"നട നാട–ഹോയ്–നഡോ"

മട്ടൽക്കാവടികളിൽ ഇളനീർ പിണച്ചിട്ട് ചുമലിൽ വഹിച്ച്, നാട്ടിലെ പഴമക്കാരും ചുരുക്കം ചില ചെറുപ്പക്കാരും ഒറ്റവരിയിൽ തെരുവിലേക്ക് നീങ്ങുകയാണ്. നടയുടെ മുമ്പിൽ ചുവപ്പ് ചുറ്റി മൂപ്പനുണ്ട്. മൂപ്പനു പിറകെ നാട്ടിലെ പ്രായം ചെന്ന പഴമക്കാരുടെ ഒരു നിര.

"നട നാട–ഹോയ്–നഡോ–"

മൂപ്പൻ കാറിവിളിച്ചു. കാവേന്തിയ ഭക്തരും കാഴ്ചക്കാരായി നിന്ന സ്ത്രീകളും അതേറ്റുവിളിച്ചു.

'നഡ–നാ....ഡാ... ഹോയ്... നഡോ–"

ആണ്ടിപ്പണിക്കരുടെ വീക്കൻചെണ്ടയിൽ കതിനമുഴങ്ങി. രാജീവനും പരിവാരവും ആവേശപൂർവം ചെണ്ടമേളം തുടങ്ങി.

കാക്കണ്ണൂരിലെ കാഞ്ഞിരമരത്തിൽ ദേവനാഗങ്ങൾ തല നീട്ടി. പെരുമരത്തിലെ കൊടിക്കൂറ കാറ്റിൽ ത്രസിച്ചു. പ്രായംചെന്ന പുരുഷന്മാർ താളത്തിൽ തലയാട്ടി.

ഇളനീർ നട കാക്കണ്ണൂര് പിന്നിട്ടിരിക്കുന്നു. മൂപ്പന്റെ കൈയിലെ പള്ളിവാൾ വഴികാട്ടിയായി.

വായകെട്ടിയ ചെമ്പുപാത്രങ്ങളിൽ നാണയത്തുട്ടുകൾ കുലുങ്ങുന്നു.

"നഡ– ന...ാ...ഡാ– ഹോയ്– നഡോ–"

മേളത്തിനൊപ്പം പൊക്കായി ചുവടുവച്ചു. പൊക്കായിയുടെ അംഗവടി ആയത്തിൽ ഉയർന്നു താണു.

ഇളനീർ നട അമ്പലമതിലടുക്കവേ തെരുവിലെ ക്ഷേത്രമുറ്റത്ത് കോമരമുറഞ്ഞു. വൃദ്ധനായ കോമരം വാളുയർത്തി ദുർബലമായി അട്ടഹസിച്ചു. പിന്നെ മൂന്നാവൃത്തി മൂർധാവിൽ കൊത്തി.

കോമരത്തിന്റെ വരണ്ടുകരിഞ്ഞ ധമനികളിൽനിന്ന് കൊഴുകൊഴുത്ത മൂന്നുനാല് തുള്ളി രക്തം അറച്ചറച്ച് കിനിഞ്ഞുവന്നു. കിനിഞ്ഞു കിട്ടിയ രക്തം വടിച്ചിറക്കി മുഖത്ത് തേച്ച് കോമരം പിന്നെയും അട്ടഹസിച്ചു.

കോമരത്തിന്റെ അട്ടഹാസം തളർന്ന ഒരു വിലാപംപോലെ അമ്പലമുറ്റത്ത് വീണുനിരങ്ങി.

പടിഞ്ഞാറ് സൂര്യൻ കുങ്കുമത്തടം കമിഴ്ത്തി തൂവുകയാണ്.

**ചോപ്പൻ** കൊത്തും കഴിഞ്ഞ്, കഥാപ്രസംഗവും കഴിഞ്ഞ് ഉണ്യേമ എഴുന്നേറ്റു.

നരിക്കുന്നം തെരുവിനപ്പുറത്ത് നല്ല ഇരുട്ടാണ്. ഉണ്യേമ ഇരുട്ടിലൂടെ ഇടവഴി നടന്ന് വയലിറങ്ങി.

ഉണ്യേമ പിറകിൽ നിന്നൊരുവിളി കേട്ടു.

"ഉണ്യേമ്മേ..."

നല്ല പരിചയമുള്ള ശബ്ദം. ഉണ്യേമ തിരിഞ്ഞുനോക്കി. ആശ്വാസം; ഏതോ ചെറുക്കൻ ചൂട്ടും വീശി വയലിറങ്ങുന്നുണ്ട്.

ചൂട്ടിന്റെ പാളി മറയുന്ന വെളിച്ചത്തിൽ ഉണ്യേമയ്ക്ക് ആളെ മനസിലാവുന്നില്ല.

"വന്നോളീം–"

ചെറുക്കൻ പറഞ്ഞു.

"പതുക്കെ നഡക്കെഡാ...എനക്കെന്താ ഇന്നപ്പോലെ ബാല്യാ?"

ഉണ്യേമ ചിരിയടക്കി ചെറുക്കനെ ശകാരിച്ചു. മുൻപേ നടന്നുനീങ്ങുന്ന ചൂട്ടിന്റെ വെളിച്ചത്തിൽ ഉണ്യേമ നടന്നു. നടന്നുനടന്ന് കാലുകൾ കഴച്ചു.

"ഇരിക്കണോ–?"

"മേണ്ടാ–"

"എന്നാ നഡന്നോളീം"

വയലിന്റെ മറുകരയിൽനിന്ന് മറ്റൊരു ചൂട്ട് വരുന്നത് ഉണ്യേമ കണ്ടു.

ഇതാരാണ് ഈ നേരത്ത് ഇങ്ങോട്ട് ചൂട്ടുംവീശി എന്ന ചിന്തയിൽ ഉണ്യേമ നോക്കിയപ്പോൾ മറുകരകളിൽ വേറെയും ചൂട്ടുകൾ തെളിഞ്ഞു.

ഒന്ന്, രണ്ട്, മൂന്ന്, അഞ്ച്, ഏഴ്......

ഉണ്യേമ എണ്ണിക്കൊണ്ടേയിരുന്നു... ഉണ്യേമയ്ക്ക് എണ്ണം പിഴയ്ക്കുന്നു. ഉണ്യേമയുടെ കാലുകൾ തളരുന്നു.

തളരുന്ന കാലുകൾ വേച്ചുവേച്ച് ഉണ്യേമ പിന്നെയും നടന്നു. കച്ചത്തോർത്തുകൊണ്ട് ഉണ്യേമ നടത്തയിൽ മുഖം തുടച്ചു. മുലത്തടം തുടച്ചു. നെറ്റിയും കഴുത്തും കക്ഷവും തുടച്ചു.

"എഡാ–"

ഉണ്യേമ ചെറുക്കനെ വിളിച്ചു. ചെറുക്കൻ വിളികേട്ടില്ല.

"എഡാ– മോനേ–"

ഉണ്യേമ പിന്നെയും വിളിച്ചു. വിളിച്ചിട്ടും വിളിച്ചിട്ടും ചെറുക്കൻ വിളികേട്ടില്ല. ഉണ്യേമയുടെ നാവ് തളർന്നു. ഉണ്യേമ ചുറ്റും നോക്കി. ഉണ്യേമ നോക്കിനിൽക്കവേ ചൂട്ടുകൾ ഒന്നൊന്നായി അണഞ്ഞു.

ഉണ്യേമയ്ക്ക് ചുറ്റും ഇരുട്ടായി. ഇരുട്ടിൽ പരമവൃദ്ധ പൊട്ടിക്കരഞ്ഞു. അകലെ കാലൻകോഴികൾ കൂവി.

**നേരം** പാതിര കഴിഞ്ഞ നേരത്ത് ആണ്ടിപ്പണിക്കർ കോണി കയറി മുറ്റത്ത് നിന്നു.

"അമ്മാളൂ–"

അമ്മാളു വിളികേട്ടു. വാതിൽ തുറന്നു. പണിക്കർ ചെണ്ട കോലായിത്തെമ്പിൽ കുത്തനെ നിർത്തിവച്ചു.

"അമ്മാളൂ–"

"എന്തേ–" പണിക്കർ കാലുകഴുകാതെ കോലായിൽ കയറി. പണിക്കർ തളർന്ന് ബെഞ്ചിലിരുന്നു.

"എന്താ, എന്ത് പറ്റീ?"

മലയി തിടുക്കം പൂണ്ടു.

"മ്മളെ കോമരം മരിച്ച് പോയി...."

മലയി പടിവാതിൽ ചാരി അന്ധാളിച്ചു നിന്നു.

"ചോപ്പങ്കൊത്ത് കയിഞ്ഞപ്പളേ കോമരത്തിനൊര് തളർച്ചേണ്ടേനും – ഭഗവാന്റെ കടാക്ഷംകൊണ്ട് എല്ലാം കയ്ഞ്ഞേന്ശേഷാ തളർച്ച വന്നേ! കർമപുണ്യം– ന്നല്ലാണ്ട് എന്താ പറയ്യ്യ!"

മലയി ഉടുമുണ്ടിന്റെ കോന്തലകൊണ്ട് വായപൊത്തി വിതുമ്പി.

ഈ വയസുകാലത്ത് ഇനീം ചോപ്പങ്കൊത്തിനെറങ്ങണ്ടാന്ന് ആരും പറഞ്ഞില്ല. തെറ്റായിപ്പോയി. മഹാ അപരാധായിപ്പോയി.

മുതുവടത്തൂര് വയലിന്റെ മധ്യഭാഗത്ത്, വീതികൂടിയ നടവരമ്പിൽ ഉണ്ണ്യേമ തളർന്നു കിടക്കുന്നത് കണ്ട് നാട്ടുകാർ ഓടിക്കൂടി. അവർ ഉണ്ണ്യേമയുടെ മുഖത്ത് വെള്ളം തളിച്ചു.

ഉണ്ണ്യേമ കണ്ണുതുറന്ന് വിതുമ്പി...

പിന്നെ ആറ്റിത്തണുപ്പിച്ച കരിഞ്ചായ കുടിപ്പിച്ചു. ഉണ്ണ്യേമയുടെ കണ്ണുകൾ നിറഞ്ഞൊഴുകി. ഉണ്ണ്യേമ വിതുമ്പി.......

## 9

# പൊലീസ് ജീപ്പുകൾ വീണ്ടുംവീണ്ടും

**ഉ**ച്ചവെയിൽ പത്തിതാഴ്ത്തി. മീനമാസ നട്ടുച്ചയുടെ അഗ്നിഗോളങ്ങൾ പിളർന്നു. പിളർന്ന പുറംതോടുകൾ വെയിലിന്റെ ജലസന്നിധിയിൽ അനാഥമായി ഒഴുകി.

മണ്ണിലിറങ്ങിയ അഗ്നിശാലകളിൽ വെള്ളച്ചിറകുള്ള കുഞ്ഞുശലഭങ്ങൾ ഉണർന്നു. അവ പതിറ്റടിപ്പൂക്കളെ തൊട്ടുണർത്തി. എടച്ചേരി പള്ളിയിൽ അസറ് ബാങ്ക് വിളിച്ചു.

അല്ലാഹു അക്ബറ്...... അള്ളാഹു അക്....ബറ്

ലാ–ഇലാഹ ഇല്ലള്ളാ.....

മൂക്കു കുറുകിയ വെളുത്ത കാർ പിന്നെയും അങ്ങാടിയിലെത്തി. അത് മീൻചാപ്പ മുക്കിൽ അത്തറിന്റെ മണം പരത്തി. അനഭിമതനായ ആദ്യ ഭർത്താവിനെപ്പോലെ അത് പതുക്കെ തിരിഞ്ഞ് അരണബാലന്റെ

വീടിന് മുമ്പിലേക്ക് നീങ്ങി.

"ബാലന്ണ്ടോ- അവ്ത്ത്."

കലന്തൻ മാപ്പിള കാറിലിരുന്ന് വിളിച്ചുചോദിച്ചു.

"ഇല്ലാല്ലോ; ഓനിപ്പോ ഒളിവിലാ-"

ഉത്തരം പറഞ്ഞത് ചന്തമ്മനാണ്. ചന്തമ്മൻ കാറിനടുത്തേക്ക് ചെന്നു. ചന്തമ്മന്റെ സാന്നിധ്യത്തിൽ കാറിന്റെ വാതിലുകൾ തുറക്കപ്പെട്ടു . അതിൽനിന്ന് കലന്തൻമാപ്പിളയുടെ മക്കളിരുവരും പുറത്തിറങ്ങി.

"ഞമ്മക്ക് ഓന്യോന്ന് കാണണ്ണേമ്പല്ലോ."

"ഓനക്കാണണ്ണേങ്കല് ഇനി പേപ്പറില് നോക്കീറ്റ് പോലീസ് സ്റ്റേഷനില് ചെന്നാ മയീ-"

ചന്തമ്മൻ കടുകടുത്ത തമാശയുടെ ലഹരിയിൽ ചുറ്റും നോക്കി ചിരിച്ചു.

"അപ്പോ ഒളിബില് കയീന്ന്യോനാ ഇന്ന് നാല് മണിക്ക് ഞമ്മളോഡ് ബീട്ടില് ബെരമ്പാമ്പറഞ്ഞേ്?"

റഫീക്കും സുലൈമാനും പരസ്പരം നോക്കി.

'മേണ്ടാണ്ട് ആളസ്സുയ്പ്പാക്ക്വാന്നല്ലാണ്ടെന്താ-"

"ഇതെല്ലാം ഇങ്ങളോഡ് അന്നേ കുഞ്ഞ്യക്കെ-മ്പറഞ്ഞിക്കില്ലേ-?"

ചന്തമ്മൻ പിന്നെയും ചിരിച്ചു.

കാറിനടുത്ത് നാട്ടുകാർ കൂട്ടംകൂടി നിൽക്കവേ ഡോറുകളടഞ്ഞു. അത് തിരിഞ്ഞ് വന്ന വഴിയേ നീങ്ങി, അകന്നു.

അപ്പോൾ ആൾക്കൂട്ടത്തിൽനിന്ന് പൊക്കായി ഒരു മഹാരഹസ്യം പറഞ്ഞു.

അതായത്, ഓർക്കാട്ടേരി സർക്കസ് കൂടാരത്തിന് പിറകിൽ അരണബാലൻ സിഗരറ്റും കത്തിച്ച് നിൽപ്പുണ്ട്- എന്ന്.

പനങ്കൂട്ടത്തിന് മുകളിൽ ചന്ദ്രനുദിച്ചു. നിലാവൃത്തം കണ്ട് നരിച്ചീറുകൾ ഇളകി. അവ പനങ്കൂട്ടത്തിൽ പരതിപ്പറന്നു. മങ്ങുന്ന സാന്ധ്യ വെളിച്ചത്തിൽ നരിച്ചീറുകൾ ആണ്ടിപ്പണിക്കരുടെ കോലായിലും മുറ്റത്തും താണുപറന്നു. നരിച്ചീറുകളെ ആട്ടിയകറ്റി പണിക്കർ തോർത്തു കുടഞ്ഞ് തോളിലിട്ടു.

"ഞാനൊന്ന് പൊറത്തെറങ്ങി ബെരട്ടേ-"

തൂക്കുവിളക്കിന്റെ തിരിനീട്ടി എണ്ണപ്പശ മുടിയിൽ തുടച്ച് മലയി, പണിക്കർ പോകുന്നത് നോക്കിനിന്നു.

പുല്ലുപായിൽ ചമ്രംപടിഞ്ഞിരുന്ന് വിഷ്ണുഗീതം ചൊല്ലുകയാണ് ശ്രീദേവി-

കമലജ ദള വിമല സുനയന....

മകളുടെ സംഗീതാലാപനത്തിന് ചെവികൊടുത്തുകൊണ്ട് പണിക്കർ പാറ കയറിയിറങ്ങി. മനസിനെ തൊട്ടു തലോടുന്ന മലയജ മാരുതനായി മകളുടെ സംഗീത സാധകം പണിക്കരെ തഴുകിത്തലോടുകയാണ്-

കരുണജലധേ കമലാകാന്താ ഗമ പമ ധപ...

കള്ളുഷാപ്പിനു മുൻപിൽ പണിക്കർ നിന്നു. അകത്ത് പതിവ് പറ്റുകാരുടെ സജീവ സാന്നിധ്യമുണ്ട്. പണിക്കർ അകത്തു കയറി, തോർത്തുകൊണ്ട് ബഞ്ചിൽ തട്ടി, പൊടിതുടച്ചിരുന്നു.

"ഇക്കൊല്ലത്തെ വിശുപ്പലം എങ്ങന്യാ–പണിക്കറേ?"

പണിക്കർ ഒന്ന് ഇളകിയിരുന്നു.

"പേമാരി, പ്രകൃതിക്ഷോഭം, വെള്ളപ്പൊക്കം...."

"മനിശന്റെ കാര്യം പറയീം മ്പണിക്കറേ–"

മുളകൂഷ്യൻ മീൻചാറ് വടിച്ചുനക്കി പണിക്കർ പൊട്ടയിട്ടു. പിന്നെ വലതുകാൽ ബഞ്ചിൽ കയറ്റിവച്ചു.

"പ്രകൃതിക്ഷോഭം, കൃഷീമ്മല് നാശം ന്നൊക്കെപ്പറേന്നത് പിന്ന മനിശന്റെ കാര്യല്ലേ, ചന്തമ്മാ?"

പണിക്കർ ഒരിക്കൽകൂടി പൊട്ടയിട്ടു.

"പോരേങ്കല് കേട്ടോ.

ജാതിസ്പർധ, മദസ്പർധ, മോഷണം, പിടിച്ച്പറി, എഡവലക്കാറോട് വിദ്വേഷം, അസൂയ്യ. പോരേ.... ഇനീം എന്തെങ്ക്ലും മേണോ ചന്തമ്മാ?"

പണിക്കർക്ക് മുകളിൽ പല്ലി ചിലച്ചു. കാൽക്കീഴിൽ ഷാപ്പിലെ പൂച്ച കരഞ്ഞു.

"സഹജീവ്യേളോഡ് സ്നേഹം മേണം; ജീവകാരുണ്യം, ദയ..."

പണിക്കർ കാലുതാഴ്ത്താൻ നോക്കുമ്പോൾ മുമ്പിൽ അരണബാലൻ നിൽക്കുന്നു.

"ഇതൊക്കെ എന്നൂംള്ളതാ; പണിക്കറേ."

അരണബാലൻ പറഞ്ഞു. "മനിശനാന്നെങ്ക്ല് മൃഗങ്ങളപ്പിഡിക്കും, കൊല്ലും, ത്ന്നും–"

"നേരോ?"

പണിക്കർ കുപ്പി വലിച്ചുകുടിച്ച് കീടം തുപ്പി എഴുന്നേറ്റു.

"ഇങ്ങള് മദിയാക്ക്യോ–"

"ഇന്നത്തേക്ക് ഇത്തര്യേം മതി ബാലാ?"

പണിക്കർ ബീഡി കത്തിച്ച് റോഡിലിറങ്ങി. അടച്ചിട്ട പീടികക്കോലായിൽ പളനി ശെൽവത്തിന്റെ പൊണ്ടാട്ടി– തമിഴത്തിത്തള്ള– പഴയ പ്രണയഗാനം പാടി രസിച്ചു കിടക്കുകയാണ്.

'തനിമയിലേ ഇനി മെയ്ക്കാണ മുടിയുമാ...'

അവരുടെ മുഷിഞ്ഞു കറുത്ത ഉടുവസ്ത്രങ്ങൾ സ്ഥാനം തെറ്റിക്കിടക്കുന്നതും നോക്കി പണിക്കർ നീട്ടിത്തുപ്പി.

"കള്ളച്ചാരായോം മോന്തി വൃത്തികേഡും തൊറന്ന്വെച്ച്... ജന്തുക്കള്."

റോഡരിക് ചേർന്ന് പണിക്കർ നടന്നു.

പൊടുന്നനെ മിന്നലാട്ടംപോലെ പണിക്കർക്ക് മുൻപിൽ അന്ത്രുമ്മാൻ ചാടിയിറങ്ങി. ഇറങ്ങിയപാടേ അവൻ ഇടവഴി തിരിഞ്ഞ് ഇരുട്ടിൽ മറഞ്ഞു.

"അന്ത്രു–"

പണിക്കരുടെ വിളി പാതിവഴിയിൽ മുറിഞ്ഞുവീണു.

അവൻ ചാടിയിറങ്ങിയ ഓട്ടോറിക്ഷ പത്തടി മുൻപിൽ നിർത്തി, തിരിച്ചുവന്നു. അതിൽനിന്നിറങ്ങിവന്ന ഡ്രൈവർ പണിക്കരോട് ചോദിച്ചു:

"ങ്ക്കറിയ്യോ– ഓന"

പണിക്കരൊന്നും പറഞ്ഞില്ല. ഇരുട്ടിൽ അന്ത്രുമ്മാൻ ഓടിമറഞ്ഞ വഴിയിലൂടെ, പാവം ഡ്രൈവർ, അൽപ്പദൂരം ചെന്നുനോക്കി. പിന്നെ നിരാശനായി തിരിച്ചുവന്നു.

"ഓറ് ബഡേരേന്ന് വണ്ടി പിഡിച്ചതാ, നാദാപൊരത്തേക്കാന്നും പറഞ്ഞ്. എന്നിറ്റ് എടച്ചേര്യേത്ത്മ്പം കീഞ്ഞ്പാഞ്ഞ്യാളഞ്ഞി. ഇതൊക്കെ ചതിയല്ലേ–ന്ന്"

ആണ്ടിപ്പണിക്കർ നടന്നു. നടത്തയിൽ അയാളുടെ മനസ്സ് പറഞ്ഞു:

"ഇത് ചതിയായിപ്പോയന്ത്രുമ്മാനേ. ഇനിക്കതിന്റെ ആവശ്യംല്ലാഞ്ഞി. ഇഞ്ഞി വെലീയ്യെ പൈശക്കാരനല്ലേ."

പണിക്കർ കട്ടിലിൽ ഉറക്കം വരാതെ കിടന്നു. തുറന്നിട്ട ജാലകത്തിലൂടെ അപ്പുറത്ത് അന്ത്രുമ്മാന്റെ വീട് കാണാം. അവിടെ അന്ത്രുമ്മാൻ വരുമ്പോഴുണ്ടാവാറുള്ള കോളും ബഹളവും ഒന്നും ഇല്ല; അവിടെ ആളനക്കം പോലും ഇല്ലാത്തപോലെ.

പണിക്കർ പതുക്കെ മയക്കത്തിലാണ്ടു. അപ്പോൾ വടക്കേപ്പറമ്പിലേക്ക് ജീപ്പ് വരുന്ന ശബ്ദം.

പാതിരാവിന്റെ ഘനനിശ്ശബ്ദതയെ കീറിമുറിച്ചുകൊണ്ട് പിന്നെയും പിന്നെയും ജീപ്പുകൾ അന്ത്രുമ്മാന്റെ വീട്ടിലേക്ക് വന്നും തിരിച്ചുപോയും...

"എന്താ–?"

"ശ്ശ്.....ശ്–"

പണിക്കർ വിരലുയർത്തി മലയിയെ തടഞ്ഞു. പരതിപ്പായുന്ന പൊലീസ്വ്യൂഹം കണ്ട് മലയിയും പണിക്കരും ജാലകപ്പഴുതിൽനിന്ന് മുഖം വലിച്ചു.

"എന്താ–ദ്.....?"

'എനക്കറ്യെല്ലെന്റ–മ്മാളൂ."

പണിക്കരുടെ ശബ്ദം കോടമഞ്ഞിൽ വിറയാർന്നപോലെ.

അന്ത്രുമ്മാനേയും തെരഞ്ഞ് പിന്നെയും പിന്നെയും പൊലീസ് ജീപ്പുകൾ പുതിയങ്ങാടിയിലേക്ക് വന്നു. അവ ആൾപ്പെരുമാറ്റം കുറഞ്ഞ വഴികളോട് ചേർത്തിടുകയും അവയിൽനിന്നിറങ്ങി പൊലീസുകാർ വഴിയോരത്ത് മൂത്രമൊഴിക്കുകയും ചെയ്തു.

ആളുകൾ കൂടുന്ന റജിസ്ട്രാപ്പീസ് മുക്കിലും മീൻചാപ്പ മുക്കിലും അപരിചിതരായ ചെറുപ്പക്കാർ സിഗരറ്റ് പുകച്ച് അലസമായിനിന്ന് നേരം പോക്കി.

മാലോകർ അടക്കിപ്പറഞ്ഞു:

"മഫ്ടീല്ള്ളതാ–! അന്തുറുമ്മാന അന്വേഷിച്ച് ബെര്ന്നതാ."

വടക്കേപ്പുറമ്പിലെ വലിയ വീട്ടിന്റെ കോലായിൽ ബിയ്യാത്തുമ്മയും അകത്ത് അന്ത്രുമ്മാന്റെ കെട്ട്യോളും ജലപാനമില്ലാതെ കഴിച്ചുകൂട്ടുകയായിരുന്നു.

അന്ത്രുമ്മാന്റെ ഉപ്പ അയമ്മദൂട്ടി മാപ്പിളയുടെ കാലത്ത് അവിടെ ഒരു ചെറിയ ഓലപ്പുരയായിരുന്നു, പണിക്കരോർക്കുന്നു. ആ പഴയ വീടൊന്ന് നന്നാക്കണമെന്ന് വിചാരിച്ചുനടന്ന കാലത്താണ് മാപ്പിളയെ ഭ്രാന്തൻ നായ കടിച്ചത്.

പതിവുപോലെ പാത്രക്കച്ചവടത്തിനിറങ്ങിയതായിരുന്നു അയമ്മദൂട്ടി മാപ്പിള. അയാളുടെ തലയിലെ പച്ച നൈലോൺ മാലിൽ കിണ്ണം കിണ്ടി തൂക്കുവിളക്ക് ഓട്ടുപിത്തള വീട്ടു സാധനങ്ങൾ ഞരങ്ങിയിളകുന്നുണ്ടായിരുന്നു. അയാളുടെ കുപ്പായക്കോളറിൽ വളഞ്ഞ കാലുള്ള റങ്കൂൺ കുട തത്തന്നം തിത്തന്നം ചാഞ്ചാടുന്നുണ്ടായിരുന്നു.

“ക്ണ്ണം മേണോ, ക്ണ്ണം..?”

അയമ്മദൂട്ടി മാപ്പിളയുടെ പരുക്കൻ ശബ്ദം ഇടവഴി കടന്ന് വയലിലേക്കിറങ്ങിയ നേരത്ത് വഴിവരമ്പിലൂടെ ഒരു കറുത്ത നായ എതിരേ വരികയായിരുന്നു. നായയെ കണ്ട് മാപ്പിള നിന്നു. നായയുടെ വായിൽ നിന്ന് കേലയൊഴുകുന്നുണ്ടായിരുന്നു. നായയുടെ വാല് കോണകം കണക്ക് കാലിന്നിടയിലൂടെ വളഞ്ഞ് മേൽപ്പോട്ട് പൊങ്ങി നിൽപ്പുണ്ടായിരുന്നു.

“നായ് ഫോ–”

നായ പോയില്ല. അത് അയമ്മദൂട്ടി മാപ്പിളയുടെ നേർക്ക്–

“ന്നായ്...പോ–”

അയാൾ കുട വലിച്ച് വായുവിൽ ചുഴറ്റി നായയെ അടിച്ചു. അടിയുടെ ആക്കത്തിൽ കുട നിവർന്ന് പാരച്ച്യൂട്ട്പോലെ പറന്ന് വയലിൽ മലർന്നുവീണു.

“ന്നായ്... ഫോ. ന്നായി പോ–”

നായ അയാളുടെ കാലിൽ കടിച്ചുതൂങ്ങി. വയൽ വരമ്പിൽ അയമ്മദൂട്ടി മാപ്പിളയും നായയും കെട്ടിമറിഞ്ഞു... മാപ്പിള ചോരയിൽ കുളിച്ചു. അയാളെ തോൽപ്പിച്ച് നായ നിർവികാരനായി ഇടവഴി കയറവേ ഉലക്കയും കല്ലുംകൊണ്ട് നാട്ടുകാർ നേരിട്ടു... പിന്നെ ഉടൽ ചതഞ്ഞ് തല ചതഞ്ഞ് വാരിയെല്ലും വൃഷണവും ചതഞ്ഞ് ഭ്രാന്തൻനായ ഇടവഴിയോരത്ത് ചത്തു കിടന്നു.

ചത്തുകഴിഞ്ഞിട്ടും നായയുടെ നാവിൽനിന്ന് കൊഴുത്തു വിഷം കലർന്ന മഞ്ഞക്കേല തുള്ളിതുള്ളിയായി മണ്ണിൽ വീഴുന്നുണ്ടായിരുന്നു.

പിന്നെയും നാല് മാസം കഴിഞ്ഞാണ് അയമ്മദൂട്ടി മാപ്പിളക്ക് ഭ്രാന്തിളകിയത്, പണിക്കരോർക്കുന്നു. നട്ടാരം പറക്കുന്ന പൊരിവെയിലത്ത് കുടയും നിവർത്തിപ്പിടിച്ച് നടന്നുവരികയായിരുന്നു അയാൾ. എതിരേ കാർത്തികപ്പള്ളി വയലിലൂടെ ഗുരിക്കളും വരുന്നുണ്ടായിരുന്നു. ഗുരിക്കൾ നോക്കിനിൽക്കേ അയമ്മദൂട്ടി മാപ്പിള വേങ്ങോളി പുഴയുടെ കരയിൽനിന്നു....

"എനക്കീ തണ്ണീം കാണ്മ്മം പേട്യാവ്ന്ന്, ഗുരിക്കളേ."

മാപ്പിള തോർത്തുകൊണ്ട് കണ്ണുപൊത്തി കരഞ്ഞു.

"എനക്ക് തണ്ണീം ധായിക്ക്ന്ന്, ഗുരിക്കളേ! എനക്ക് തൊണ്ട വരണ്ട് കീറ്ന്ന്...."

അയമ്മദൂട്ടി മാപ്പിളയെ ഗുരിക്കൾ താങ്ങിയിരുത്തി. മാപ്പിള ഏങ്ങിയും തേങ്ങിയും നിലത്ത് കിടന്നു.

നിലത്ത് കിടന്ന് മാപ്പിള മണ്ണ് മാന്തിക്കുഴിച്ചു.

"ഇങ്ങള് കരയാണ്ടിരിക്കീം. ബേവലാതിപ്പെഡാണ്ടിരിക്കീം."

ഗുരിക്കൾ അയാളെ സമാശ്വസിപ്പിക്കാൻ ശ്രമിച്ചു. അനുനിമിഷം മാപ്പിളയുടെ ചേഷ്ടകൾ മാറിക്കൊണ്ടിരുന്നു. അയാളുടെ കണ്ണിൽ കനൽക്കട്ടകളെരിഞ്ഞു.

"ഹെന്റെ റബ്ബേ, റസൂലേ–"

ഗത്യന്തരമില്ലാതെ ഗുരിക്കളും സമീപവാസികളും ചേർന്ന് അയമ്മദൂട്ടി മാപ്പിളയെ ബന്ധിച്ചു. പിന്നെ ആ പഴയ ഓലപ്പുരയുടെ ചായ്പ്പ്മുറിയിൽ ആമപ്പൂട്ടിട്ട്....

അയമ്മദൂട്ടി മാപ്പിളയുടെ ധമനികളിലൂടെ കൊടിയ വിഷം തീജ്വാലയായി പടർന്നുകയറി. അയാളുടെ മുമ്പിൽ മനസിന്റെ കണ്ണാടിച്ചില്ലുകൾ തകർന്നു കനത്തു.

"ഭഗവാനേ–"

ആണ്ടിപ്പണിക്കർ വിയർപ്പു തുടച്ചു.

അന്ത്രുമ്മാനും ബിയ്യാത്തുമ്മയുമെല്ലാം എല്ലാം മറന്നുപോയിരുന്നു. പണിക്കർ കോലായിലെ ബഞ്ചിൽ കാലുകയറ്റിവച്ചു; പിന്നെ കുന്തിച്ച് കണ്ണടച്ച് ഓർമകളിൽ കനംതൂങ്ങിയിളകിക്കൊണ്ടിരുന്നു.

പടിഞ്ഞാറ് പരമപൂരുഷ ബിംബം ചുവന്നിറങ്ങുകയാണ്.

കുളിച്ച് ഉമ്മറക്കോലായിലെ ഭസ്മക്കുടം തൊട്ട് കുറിവരച്ച് പണിക്കർ ഇടയ്ക്കയെടുത്തു.

"എങ്ങോട്ടാ?"

"ഒന്ന് അമ്പലംവരെ.... സ്വസ്ഥായിറ്റ് ഒന്ന് ഭഗവാനെ കാണണം; തൊഴണം– കൃഷ്ണാ–"

കോന്തലത്തുമ്പിൽ തെരുപ്പിടിച്ച് പടിക്കൽ മലയി നോക്കിനിന്നു.

പണിക്കരെ കണ്ട് ശാന്തിക്കാരനായ വൃദ്ധൻ മോണകാട്ടി ചിരിച്ചു.

"നന്നായീ. നാട്ടിലൊക്കെ പോലീസ് എറങ്ങീരിക്ക്വാ–ന്ന് കേട്ടു. ഒര് മനഃസമാധാനം വേണ്ടേ. സുകൃതക്ഷയം, സുകൃതക്ഷയം."

പണിക്കർ ഇടയ്ക്ക താഴ്ത്തിപ്പിടിച്ചു; പിന്നെ ഭഗവാനെ വണങ്ങി.

–ധീരസമീരേ യമുനാതീരേ– വസതി വനേ വനമാലീ....

ഇളംകാറ്റ് വീശിക്കൊണ്ടിരിക്കുന്ന യമുനാതീരത്ത്....

ആൽമരത്തിലെ തണുത്ത കാറ്റ് താഴോട്ടിറങ്ങി. കാറ്റിൽ ദലമർമരമുണർന്നു.

സോപാന സംഗീത ലഹരിയിൽ പണിക്കരുടെയും വൃദ്ധന്റെയും മിഴികൾ കൂമ്പി.

# 10

# ചിരുതാമ്മയുടെ ദുരൂഹമരണം

നടവരമ്പിലൂടെ രാജീവൻ കൈക്കണ്ടത്തിന്റെ ഭാഗത്ത് വരുന്നത് കണ്ട് കുഞ്ഞേക്യൻ നിന്നു.

"കള്ളനെ കിട്ട്യോ?"

"ഓന്യ്യോന്നും ക്ട്ടൂല്ലെന്റെ രാജീവാ. പഡിച്ചെ കള്ളമ്മാറല്ലേ. പിന്ന്യെന്താന്ന് വെച്ചാല് കളള് മോഷണം നിന്നൂന്ന് മാത്രം."

"മ്മക്കും അദ് മദീല്ലോ." രാജീവനും കുഞ്ഞേക്ക്യനും പാലത്തിനടുത്തേക്ക് നടന്നു.

"ശ്രീദരെൻ കൈക്കണ്ടത്തിന്റെ വാത്ത് വന്നിറ്റ്ണ്ടന്ന് പറഞ്ഞി. ഓന്യെന്ന് കാണണേനും..."

"ഞാനെന്നാലക്കരക്ക് ഒന്ന് പോയിറ്റ് ബെരട്ടെ." കുഞ്ഞേക്ക്യൻ പാലം കടന്നു പോകുന്നത് രാജീവൻ നോക്കിനിന്നു.

പണ്ട്, ഈ പാലം വിഴുങ്ങാൻ വന്ന ഒരു മാന്ത്രികന്റെ കഥ മുത്തശ്ശി പറഞ്ഞിരുന്നു. അന്ന് അങ്ങാടിയെന്നു പറയാൻ ഏഴെട്ട് മുറി ചെറിയ പീടികകളേ ഉണ്ടായിരുന്നുള്ളുവത്രേ. അവിടേക്ക് പാന്റും പാപ്പാസുമായൊര് പരദേശി വന്നിറങ്ങി. അയാളോടൊപ്പം ഒരു മധ്യവയസ്കനുമുണ്ടായിരുന്നു.

അയാൾ പറഞ്ഞു:

"ഇത് മഹാമാന്ത്രികൻ. ഇയാൾ നാളെ രാവിലെ പത്തുമണിക്ക് തയ്യിൽപ്പാലം വിഴുങ്ങാൻ പോകുന്നു."

കേട്ടവർ കേട്ടവർ കോരിത്തരിച്ചു. പരികർമി മെഗാഫോണെടുത്ത് ആകാശത്തിലേക്ക് ചരിച്ചുപിടിച്ചു.

"ബഹുമാ...നപ്പെട്ട നാട്ടു...കാരേ!

പിറ്റേന്ന് പ്രഭാതത്തിൽ എടച്ചേരിയിലും ഏറാമലയിലുമുള്ള ആബാലവൃദ്ധം തയ്യിൽപാലം വിഴുങ്ങുന്ന കാഴ്ച കാണാനിറങ്ങി. അവർ പാലത്തിനടുത്തും പുഴവക്കിലുമായി കൂട്ടംകൂടിനിന്നു. അവർക്കിടയിലൂടെ മഹാമാന്ത്രികൻ പാലത്തിന് മുകളിലേക്ക് കയറിവന്നു. മാന്ത്രികന് പളപളാ മിന്നുന്ന പട്ടുകുപ്പായം, വട്ടത്തൊപ്പി, കാൽശരായി. മാന്ത്രികന്റെ കൈയിൽ വെള്ളികെട്ടിയ കറുത്ത വടി. മാന്ത്രികൻ വടി ചുഴറ്റവേ മാലോകർ പറഞ്ഞു:

"അതൊന്ന് കയില്ണ്ടായാല് ബിമാനം ബെരെ നിർത്തിക്കാം."

മാന്ത്രികൻ വടി ചുഴറ്റി റോസാപ്പൂക്കൾ എറിഞ്ഞു. അയാൾ തഴുകവേ പൂക്കളുടെ നിറം മാറുന്നു. അയാളുടെ ഓട്ടുമുരുടയിൽ കമിഴ്ത്തിയാലും കമിഴ്ത്തിയാലും തീരാത്ത വെള്ളം. മാന്ത്രികന്റെ ചെപ്പടിവിദ്യകൾ കണ്ട് ജനം കൈയടിച്ചു.

മാന്ത്രികൻ പാലത്തിലൂടെ നടന്നു. പിന്നെ നാലു മൂലകളിലും അമർന്നിരുന്ന് പാലത്തിന്റെ വലുപ്പം തിട്ടപ്പെടുത്തി. കൈപ്പത്തികൾ നിവർത്തിപ്പിടിച്ചു. പിന്നെ നിവർന്ന് കാലുകൾ അമർത്തിച്ചവുട്ടി വലിഞ്ഞു നിന്നു. ഇതാ, മഹാമാന്ത്രികൻ പാലം വിഴുങ്ങാൻ തുടങ്ങുകയായി.

ജനം ശ്വാസമടക്കിനിന്നു. തയ്യിൽപ്പാലം പതുക്കെപ്പതുക്കെ അപ്രത്യക്ഷമാവുകയാണ്. സൂചി വീണാൽ കേൾക്കുന്ന നിശ്ശബ്ദത.

ആ നിശ്ശബ്ദതയെ പിളർന്ന് പൊക്കായി വിളിച്ചു പറഞ്ഞു:

"ഓറ് പാലം മ്ണ്ങ്ങ്ന്നൊന്നുല്ലാ. ഓറ് ബെറ്തെ പാലം പിടിച്ച് ന്ക്ക്ന്നേ...ള്ളൂ."

അന്ന് പുതിയങ്ങാടിയിൽ ജനം പറഞ്ഞു.

"പെരാന്തമ്മാറെ കണ്ണ് കെട്ട്വയെ ഒര് മേജിക്ക് കൊണ്ടും കയ്യൂല്ലോ."

അന്നോളം പൊക്കായിയുടേത് മുഴുവൻ വെറും അഭിനയമാണെന്ന് പറഞ്ഞവർ അഭിപ്രായം തിരുത്തി.

അകലെ ഏഴിലംപാലയുടെ മറവിലൂടെ വരുന്ന ശ്രീധരനെ കണ്ട് രാജീവൻ കൈയുയർത്തി വിളിച്ചു.

"ശ്...ശ്...ഊ..."

പിറകിൽ ആരോ വിളിക്കുന്നപോലെ തോന്നി ശ്രീധരനും രാജീവനും നിന്നു. കൈക്കണ്ടത്തിൽ ഇരുട്ട് പടർന്നുകൊണ്ടിരിക്കുകയാണ്.

"എനക്കൊര് ഇരുന്നൂറുറുപ്യമേണേനും..."

ഇരുവരുടെയും മുമ്പിൽ ഇടിമിന്നൽപോലെ ചാടിവീണ് അന്ത്രുമ്മാൻ പറഞ്ഞു. അന്ത്രുമ്മാന്റെ രൂപം ആകെ വികൃതമാണ്. അവനെ വിയർപ്പ് നാറുന്നുണ്ട്. അന്ത്രുമ്മാൻ സമ്പന്നനായ ഗൾഫുകാരനായ ശേഷം അവനെ ഇന്നോളം ഇതുപോലൊരവസ്ഥയിൽ ആരും കണ്ടിട്ടുണ്ടാവില്ല. പതിവ് സ്പ്രേയും മിന്നുന്ന കുപ്പായവും സ്വർണ വാച്ചും...

"എന്ത് പറ്റ്യന്ത്രുമ്മാനേ? ശ്രീധരൻ ചോദിച്ചു.

"ഒന്നും ചോയിക്കാനും പറയ്യാനും നേരൊല്ലാ എനക്കിപ്പം അടിയന്തരായിറ്റ് ഇര്നൂറുറുപ്യ മേണം."

"ഞാള്യേഡ്ത്ത് ഏഡ്ന്നാ പയിശ്ശ? ഞാക്ക് പണീം തൊരോന്നുല്ലാന്ന് ഇനിക്കറഞ്ഞൂഡേ?"

ശ്രീധരൻ സൗമ്യമായി പറഞ്ഞു. ശ്രീധരന്റെ മറുപടിയിൽ അന്ത്രുമ്മാന്റെ മുഖത്തെ ഗൗരവം കുറഞ്ഞു. അവൻ അൽപ്പനേരം ആലോചനയിൽ മുഴുകിനിന്നു.

"എന്നാലിഞ്ഞ്യൊര് കാര്യഞ്ചെയ്യോ?"

"ങ്ഉം"

"പുതിയോട്ടിലെ ഉസ്മാനെ കണ്ടിറ്റ് ഇന്ന് മോന്തിക്ക്ന്നെ ഇബ്ഡ്യ്യോന്ന് ബെരാമ്പറ്യോ?"

"അത് പറയാം."

കൈക്കണ്ടത്തിന്റെ നനഞ്ഞ പള്ളയിലൂടെ അന്ത്രുമ്മാൻ ഒരു ട്രപ്പീസ് വിദഗ്ധനെപ്പോലെ മറുകണ്ടം ചാടുന്നതും നോക്കി ശ്രീധരനും രാജീവനും നടക്കാൻ തുടങ്ങിയതേയുള്ളൂ. അതിനിടെ അന്ത്രുമ്മാൻ തിരിച്ചു ചാടിവന്ന് രാജീവന്റെ കഴുത്തിൽപ്പിടിച്ചു. അവനെ എന്തെങ്കിലും ചെയ്യാൻ കഴിയുന്നതിമുമ്പേ അവൻ രാജീവന്റെ കഴുത്ത് ഉയർത്തിപ്പിടിച്ച് പറഞ്ഞു:

"ന്നായ്ന്റെ മോനേ, എന്നക്കണ്ട കാര്യാറ്റം പൊറത്ത് ആരെങ്കിലും അറഞ്ഞ്ന്ന് കേട്ടാല് ഇന്നൊക്കൊന്ന് ഇന്റെ പൊരേം കത്തിച്ച്യാളും ഞാ.."

ഇരുട്ടിന്റെ അസൗകര്യം അശേഷം ഗൗനിക്കാതെ അന്ത്രുമ്മാൻ കൈക്കണ്ടങ്ങളോരോന്നും ചാടി മറഞ്ഞു. അവിചാരിതമായുണ്ടായ ദുരനുഭവത്തിന്റെ നടുക്കത്തിൽ രാജീവനും ശ്രീധരനും കൈക്കണ്ടത്തിൽ നിന്നു. അവർക്കിടയിൽ നിശ്ശബ്ദത കനത്തു.

"ഇനി ഉസ്മാനെ കാണ്ന്ന്ണ്ടോ?" രാജീവൻ ചോദിച്ചു.

"എന്തിന്? ഒര് ക്രിമിനല് പറേന്നെ പണ്യെടുക്കാൻ മ്മളെന്താ ഓന്റെ കൂലിപ്പട്ടാളാ?"

ശ്രീധരൻ ദേഷ്യംകൊണ്ട് വിറച്ചു.

അവർക്കിടയിൽ പിന്നെയും നിശ്ശബ്ദത നിലനിന്നു. അതിനിടെ രാജീവൻ പലതവണ കഴുത്ത് തിരിക്കുകയും കാറിച്ചുമയ്ക്കുകയും ചെയ്തു. പിന്നെ ഇരുവരും പതുക്കെ നടക്കാൻ തുടങ്ങവേ ശ്രീധരൻ പറഞ്ഞു:

"മ്മള് ഓന കണ്ടിറ്റ്ല്ല; ഓനിമ്മളോട് ഒന്നും പറഞ്ഞിറ്റ്...ല്ല."

വഴിയിൽ ഇരുട്ട് കനത്തു. ചെറുജീവികൾ ശ്രീധരന്റെയും രാജീവന്റെയും കാലടികൾക്കുള്ളിൽ പിടഞ്ഞു. അവരുടെ മനസിൽ അന്ത്രുമ്മാനും അവന്റെ അവസ്ഥയും പരസ്പരം ബന്ധിപ്പിക്കാൻ കഴിയാത്ത ഒരു സമസ്യപോലെ. ഇടവഴി തിരിഞ്ഞ് അമ്പലത്തിന്റെ വഴിയിലൂടെ അവർ പരസ്പരം ഒന്നും പറയാതെ നടന്നു. അപ്പോൾ ശാന്തിക്കാരൻ ഇറങ്ങിവരുന്നുണ്ടായിരുന്നു.

"അറിഞ്ഞില്ല്യേ, വിവരം?"

വൃദ്ധന്റെ വാക്കുകൾ അവരുടെ ചിന്തകളിൽ ശൂലമുന താഴ്ത്തി. അതിലൊരു വൈക്കോൽത്തുരുമ്പ് കൊതിച്ചിട്ടെന്നപ്പോലെ ഇരുവരും ശാന്തിക്കാരനെ നോക്കി.

"ആ അരണബാലന്റെ അമ്മേല്ലേ, അവര് വീട്ടിനകത്ത് തൂങ്ങിക്കെടക്ക്ണൂ..ത്രേ. ആത്മഹത്യാത്രേ! ആ വൃദ്ധയ്ക്ക് അതിനൊക്കെ എങ്ങനെ കഴിഞ്ഞൂന്ന്ള്ളതാ അത്ഭുതം. ശിവ...ശിവ."

വൃദ്ധൻ പിന്നെയും പിന്നെയും ഞൊടിഞ്ഞുകൊണ്ട് നടന്നകന്നു.

ചിരുതാമ്മയുടെ മരണത്തിലെ ദുരൂഹത നിലനിൽക്കെ പുതിയങ്ങാടിയിലൊരു വിവരം പരന്നു.

അന്ത്രുമ്മാനെ പോലീസ് പിടിച്ചിരിക്കുന്നു.

പകൽനേരത്ത് ഒളിച്ചിരിക്കാനുള്ള സുരക്ഷിതമായ സ്ഥാനംതേടി മൊതാക്കര പള്ളിപ്പറമ്പിലേക്ക് കയറുന്നതിനിടയിലാണത്രേ, അന്ത്രുമ്മാൻ പോലീസ് വലയിലായത്.

വടക്കേപ്പറമ്പിലെ വലിയവീട്ടിൽ നിന്ന് കൂട്ടക്കരച്ചിലുയർന്നു.

വർഷങ്ങൾക്കുമുമ്പ്, ഈ അന്ത്രുമ്മാൻ കുട്ടിയായിരുന്ന കാലത്ത് വടക്കേപ്പറമ്പിലൊരു കുരങ്ങൻ വഴിതെറ്റി എത്തിയിരുന്നു.

മലയി കൊടുത്ത ചൂടുള്ള വെറും ചായ ബെഞ്ചിന്റെ ഓരത്ത് ചേർത്തുവച്ച് ആണ്ടിപ്പണിക്കർ അയ്മ്മദൂട്ടി മാപ്പിളയുടെ നന്മയെക്കുറിച്ച് ഓർത്തുപോയി.

അന്നത്തെ ആ പഴയ വീടിനോട് ചേർന്ന് അവിടെ ഒരു വലിയ പുളിമരം ഉണ്ടായിരുന്നു. പ്രായാധിക്യംകൊണ്ട് പുളിമരത്തിന്റെ മൂട് ഏറെക്കുറെ ചതുരാകൃതി പ്രാപിച്ചിരുന്നു. അതിന്റെ കമ്പുകവരുകൾ വികസിച്ച് വികസിച്ച് ഒരു വലിയ ആൽമരത്തെക്കാളേറെ തണൽ വിരിച്ചിരുന്നു.

അങ്ങനെ പരന്നു പടർന്നുകിടന്ന പുളിമരത്തിന്റെ ശാഖോപശാഖകളിലൊന്നിൽ ഒരു വലിയ ഹനുമാൻ കുരങ്ങ് അഭയം പ്രാപിച്ചു. പുളിമരത്തിൽ കുരങ്ങൻ വന്ന വിവരമറിഞ്ഞ് വടക്കേപ്പറമ്പിൽ ആളുകൾ നിറഞ്ഞു. അവർക്ക് ഹനുമാനെ നിറഞ്ഞുകാണണമായിരുന്നു. അതിന്, വിരണ്ട് വിറച്ച് ഒതുങ്ങികൂടിയ കുരങ്ങനെ അവർ കല്ലെറിഞ്ഞു. ചീറിപ്പറന്നു വരുന്ന കല്ലുകളിൽ നിന്ന് രക്ഷനേടാൻ കുരങ്ങൻ പുളിമരത്തിലെ കൊമ്പുകവരുകളിലൂടെ മറുചാട്ടം ചാടിക്കൊണ്ടിരുന്നു.

ഇടവേളകളിൽ അത് ചില്ലിച്ച വിരലുകൾ പിണച്ച് കൈകൂപ്പിത്തൊഴുതു. പിന്നെ ചുണ്ടുകൾ വികൃതമായി വക്രിച്ച് തൊണ്ടയിൽ മുള്ളു കുരുങ്ങിയാലെന്നപോലൊരു ശബ്ദം പുറപ്പെടുവിച്ചു....

കച്ചവടത്തിനിറങ്ങി തളർന്നു തിരിച്ചു കയറിയ അയമ്മദൂട്ടി മാപ്പിള പറമ്പിലെ വിശേഷം കണ്ടു നിന്നു. അയാൾ കാഴ്ചക്കാരായി എത്തിയവരെ തിരിച്ചയച്ചു. എന്നിട്ട് കല്ലെറിയാൻ പാർത്തുനിന്നവരെ വിരട്ടി... അങ്ങനെ പുളിമരച്ചോട്ടിൽ തനിച്ചായ നേരത്ത് അയാൾ കുരങ്ങിനോട് പറഞ്ഞു.

“ഇന്നത്തെ ഇപ്പഗ്ല് ഇനി ഏഡ്യേം എറങ്ങര്. ഇബ്ഢ്ത്തെന്നെ ഇര്ന്ന് കയിച്ചോളണം. ആള്ക്കാറെ ശല്ല്യംല്ലാണ്ട് ഞാന്നോക്കിക്കോളാം.”

കുരങ്ങൻ അയാളെ തൊഴുതു. അയാൾ തുടർന്നു.

“അങ്ങനെ നേരം മോന്ത്യായി ആളും മനിശനും അടങ്ങുമ്പോ, എറങ്ങി നേരെ കേക്കോട്ട് പോണം. കൊറേ അങ്ങ് ചെല്ലുമ്പം ബെലീയ്യൊര് പളളീണ്ട്. മൊതാക്കരപ്പള്ളീന്ന് പറേം... പള്ളിക്ക് ചുറ്റും കാഡാ.

പള്ളിപ്പറമ്പ്. ആഡക്കാരി ഒളിച്ചാല് പിന്ന്യാരക്കും ഇന്ന കണ്ട്പിഡിക്കാനവല്ല...''

അന്ന് അയമ്മദൂട്ടി മാപ്പിള ഹനുമാൻ കുരങ്ങിന് പറഞ്ഞുകൊടുത്ത രക്ഷാമാർഗം അന്ത്രുമ്മാന്റെ മനസിൽ പതിഞ്ഞിരിക്കാം. അതുകൊണ്ടായിരിക്കാം അവൻ രാത്രി പുലരുന്നതിന് മുമ്പ് മൊതാക്കരപ്പള്ളി പറമ്പിലേക്ക് കയറി ഒളിക്കാൻ ശ്രമിച്ചത്.

പാവം, അന്ത്രുമ്മാൻ. അവന് അയമ്മദൂട്ടി മാപ്പിളയുടെ നന്മകളൊന്നും ലഭിച്ചില്ല.

ആണ്ടിപ്പണിക്കർ ചൂടുള്ള ചായ ഊതിക്കുടിച്ചു. പിന്നെ ബെഞ്ചിൽ വലതുകാല് കയറ്റിവച്ചു.

പുതിയങ്ങാടിയിൽ പൊലീസ് ജീപ്പുകളുടെ പ്രവാഹം നിലച്ചു. മീൻചാപ്പ മുക്കിലും രജിസ്ട്രാപ്പീസിനടുത്തും വെറുതെ പുകവലിച്ചും സൊറകേട്ടും നിന്ന അപരിചിതർ അപ്രത്യക്ഷരായി. അജ്ഞാതർ അങ്ങാടിയിൽ ബസ്സിറങ്ങുന്നതും നോക്കി കാത്തുനിന്ന നാട്ടുകാരുടെ നാവിൽ വിശേഷങ്ങളില്ലാതായി. അങ്ങനെ അങ്ങാടി അലകളടങ്ങിയ ഒരു നിശ്ചല ജലാശയംപോലെ....

അവിടെയാണ് ഉച്ചകഴിഞ്ഞ നേരത്ത് മൂക്കുകുറുകിയ വെളുത്ത കാർ പിന്നെയും വന്നെത്തിയത്.

കാറിന്റെ വരവുകണ്ട് നിശ്ചല ജലാശയത്തിൽ ഓളങ്ങൾ വിരിഞ്ഞു. കുമാരന്റെ ചായപ്പീടികയിലും ചെന്തമരിയുടെ ചോട്ടിലും ഒത്തുകൂടിയവർ കാറിന്റെ വരവ് കണ്ട് സജീവമായി. അവർക്ക് മുൻപിൽ മധ്യവയസു കഴിഞ്ഞ ഒരു മെലിഞ്ഞ ഡ്രൈവർ പുറത്തിറങ്ങി. അയാൾ പിൻവാതിൽ തുറന്നു പിടിച്ചു. അതിലൂടെ ഞെങ്ങിയും ഞരങ്ങിയും വൃദ്ധനായ കലന്തൻ മാപ്പിള കാലുനീട്ടി.

“അ്ള്ളോ...”

അയാൾ പുറത്തിറങ്ങി ആകാവുന്നത്ര നിവർന്ന് നിശ്വസിച്ചു. മിന്നുന്ന കുപ്പായവും പാപ്പാസുമായി കൂടെ വരാറുള്ള മക്കളെ കാണാഞ്ഞ് കുഞ്ഞ്യേക്കൻ ചോദിച്ചു:

“ങ്ങളെ മക്കളേഡപ്പോയി?”

“ഓല് തിരിച്ചുപോയില്ലേ....”

“ഏ്ഡാ...”

“ഗള്ഫില്. അയെന്താ അന്തുറുമ്മാനെ പോലീസ് പിഡിച്ചീന്ന് അറഞ്ഞ അപ്പത്തന്നെ ഓല് പോയില്ലേ...”

അയാൾ നിഷ്കളങ്കമായ ഒരു ചിരി ചിരിച്ച് ചുറ്റുംനോക്കി. എന്നിട്ട് തുടർന്നു:

“അതോണ്ടെല്ലേ കുഞ്ഞ്യേക്കാ, ഞമ്മള് നേര്ട്ട് മന്ന്യേയ്...”

അയാൾ തലേക്കെട്ട് എടുത്ത് നിവർത്തി വീശി.

"ആട്ടേ...ഞമ്മക്കും ബാലന്യ്യോന്ന് കാണണേ-ല്ലോ. അന്നായിന്റെ മോയ അച്ചാരോം മാങ്ങി മുങ്ങ്യദാ."

എത്ര പണം അഡ്വാൻസ് കൊടുത്തു എന്ന് അയാൾ പറഞ്ഞില്ല. കുഞ്ഞേ്യക്കനും ചന്തമ്മനും കൂടിനിന്നവരിൽ പലരും കുത്തിക്കുത്തി ചോദിച്ചിട്ടും പണമെത്രയാണെന്ന് അയാൾ പറഞ്ഞില്ല. പകരം തോനപ്പ യിശ്ശേണ്ട്; മക്കളേ എന്നുമാത്രം പറഞ്ഞു.

"ഓനേ കണ്ട്കിട്ട്ന്ന കാര്യം ബെശമാന്റെ കലന്തൻ മാപ്പളേ."

കുഞ്ഞേ്യക്കൻ പറഞ്ഞു.

"ഓന്റ്യമ്മ തൂങ്ങിച്ചത്തെ അന്ന് മുങ്ങ്യതാ – ഓയെ. ഇനിയെപ്പാ വെരൂാന്നോ, ഏഡ്യാ പൊങ്ങ്വാന്നോ, ഒന്നും പറയാനാവല്ല."

അരണബാലന്റെ അമ്മ തൂങ്ങിച്ചത്തെന്ന് കേട്ട് കലന്തൻമാപ്പിള ഞെട്ടി.

"ന്റള്ളോ– ഓന്റമ്മ തൂങ്ങിച്ചാവേഞ്ചെയ്തോ? പടച്ചോനേ– ചത്ത്പോ യ്യോള് ഇന്യെങ്ങനാ പറമ്പ് റെയ്സ്രാക്കിത്തെരൂാ..."

വൃദ്ധൻ അസ്വസ്ഥതയോടെ മൊട്ടത്തല തടവി. പിന്നെ മുഖം തുടച്ചു.

അയാൾ ഏന്തിവലിഞ്ഞ് കാറിൽ കയറി. വൃദ്ധനെയുംകൊണ്ട് കാർ തിരിച്ചുപോയി.

അപ്പോൾ പൊക്കായി പറഞ്ഞു:

"ഇയ്യാളെ മക്കളേം നോക്കി ഇന്നലെ മോന്തിക്ക് അങ്ങാടീല് പോലീസ് ബന്നിനും."

# 11

# നിസ്സാരമല്ലാത്ത സംഗതികൾ

**വെ**യിൽ ചാഞ്ഞ നേരത്ത് പാറകയറി ഗുരിക്കൾ പണിക്കരുടെ വീട്ടിലേക്ക് വന്നു. പതിവില്ലാതെ ഗുരിക്കൾ വരുന്നതുകണ്ട് ആണ്ടിപ്പണി ക്കർ ധൃതിപിടിച്ച് മുറ്റത്തേക്കിറങ്ങിച്ചെന്നു. മലയി തോർത്തുമുണ്ടുകൊ ണ്ട് ബെഞ്ചിലെ പൊടി തുടച്ചു.

"ഞാ–ബെറ്തെ ഒന്ന് കാര്യതാ. മോള് വെരുന്ന വഴി ഒന്നു കണ്ടതേ ള്ളൂ. ഓളെ വിവരോന്നും ചോദിച്ചില്ല; അറഞ്ഞൂംല്ലാ. അപ്പോത്തോന്നി എന്നാലൊന്ന് ഈ വഴിക്ക് വെരട്ടേ–ന്ന്."

ഗുരിക്കൾക്ക് കാല് കഴുകാൻ കിണ്ടിയിൽ വെള്ളംവച്ച് ശ്രീദേവി മാറിനിന്നു.

"അവ്ഡെ സുകേല്ലേ–മോളേ..."

"സുഖാന്ന്."

"ഭക്ഷണോ–ക്കെ പിഡിക്ക്ന്ന്ണ്ടോ–"

"ങ്ഉം– പിന്ന ഹോസ്റ്റലിലേതായത് കൊണ്ട്ള്ള...."

"അതിപ്പെന്തായാലും വീട്ടിലേപോലെ ആവോ–? വീട്ടിലാവ്മ്പോ തൊട്ട് കൂട്ടാനൊര് സമ്മന്തിണ്ടായാ-മയി, ല്ലേ; പണിക്കറേ."

"പിന്നെന്താ–?"

പണിക്കർ വിനയത്തോടെ പ്രതിവചിച്ചു.

"ഒന്നൂല്ലേല് തിര്വനന്തപൊരല്ലേ. ഈ പത്രോം ടീവീം ഒക്കെ തിരുവനന്തപൊരത്തെ വിശേഷമല്ലേ...."

"വലീയെ ചരിത്രോ–ള്ള നാഡാ; പണിക്കറേ. അക്കാലത്ത് സിപീയെ വെട്ട്വാ–ന്നൊക്കെപ്പറഞ്ഞാല് ചിന്തിക്കാനാവാത്ത കാര്യങ്ങളാ... ഞെട്ടിപ്പിക്ക്ന്നെ സംഭവാ. അക്കാലത്ത് മ്മളെ നാട്ടില് കോളറേം വസൂര്യൂം ഒക്കെ പടർന്ന് പിടിച്ച കാലാ–"

ഗുരിക്കൾ ബെഞ്ചിൽ കാല് കയറ്റിവച്ചിരുന്നു.

"കുടിക്കാനെന്താ–" മലയി ചോദിച്ചു.

"ഒന്നും വേണ്ട. ഒര് ഗ്ലാസ് നല്ലെ വെള്ളം മയി."

ഗുരിക്കൾ വടക്കേപ്പുറമ്പിലേക്ക് പാളിനോക്കി.

"നാടൊക്കെ മോശായിരിക്ക്ന്ന്."

പണിക്കർ പറഞ്ഞു.

"നിഷിദ്ധായെ കാര്യങ്ങള് ചെയ്യ്ന്നോലിക്കാ–ഇപ്പൊ വെലാ! എന്ത് നീചത്തരം ചെയ്തും കൊറച്ച് പൈശ്യേണ്ടാക്ക്യ–മയീന്നാ പ്രമാണം."

പണിക്കർ ഗുരിക്കൾക്ക് സമീപം ബെഞ്ചിലിരുന്നു.

"ഒര്തരത്തില് ആ അയമ്മദൂട്ടിമാപ്പിള ബാഗ്യവാനാ. ഒന്നൂല്ലേങ്കല് ഇതൊന്നും കാണാണ്ട് കയിഞ്ഞല്ലോ."

ഗുരിക്കൾ തലയൊരുവശം ചരിച്ചിരുന്നു; ചിന്താമഗ്നനായി.

"എന്താ ആലോചിക്ക്ന്ന്–"

"ഒന്നൂല്ലാ–"

"മ്മളെ നാഡ് നശിക്ക്ന്നെ ഒര് കായ്ച... എന്താ ചെയ്യ്യ."

ഗുരിക്കൾ തുടർന്നു.

"പത്ത് മുപ്പത് കൊല്ലക്കാലത്തെ വർഗീയപ്രീണനത്തിന്റെ ഫലായിറ്റ് വന്ന്ചേർന്നൊരവസ്ഥയാ പണിക്കറേ; ഇത്. ഇപ്പള് ഈ ഭരണമാറ്റം ണ്ടായില്ലായ്ര്ന്നെങ്ക്ല് ഇത് ഇതിനേക്കാളും ഭീകരമായഒരവസ്ഥേലെത്ത്വായിരുന്നു..."

ഗുരിക്കൾ പിന്നെയും തല ചരിച്ചിരുന്നു.

പണിക്കരുടെ വീട്ടുമുറ്റത്ത് കൂടെ വഴിപോയ കുഞ്ഞേ്യക്കൻ, ഗുരിക്കളെ കണ്ടു നിന്നു–

"ഗുരിക്കളെന്താ, വ്ഡ്യെ?"

കുഞ്ഞേ്യക്കൻ മുണ്ടിന്റെ മാടിക്കുത്ത് താഴ്ത്തിയിട്ടു.

"ഒന്നൂല്ലാ. വെറ്തെ ഒന്നിങ്ങോട്ട് വെരണം–ന്ന് തോന്നി. പിന്ന്യമാന്തിച്ചില്ല. നേര്യെങ് പോന്ന്."

"അപ്പ്റത്തൊക്കെ വെല്ല്യെ വിശേഷ–ല്ലേ?"

"അറീന്ന്ണ്ട്, കുഞ്ഞേ്യക്കാ." ഗുരിക്കൾ പറഞ്ഞു.

"അതൊക്കെത്തെന്ന്യാ ഞാളിപ്പോ പറഞ്ഞോണ്ടിരിക്ക്ന്നേ"

പണിക്കർ പറഞ്ഞു. വൃത്തിയുള്ള കുപ്പിഗ്ലാസ്സിൽ മലയികൊടുത്ത

തെളിനീർ ഗുരിക്കൾ വലിച്ചു കുടിച്ചു.

"പുതിയ്യായ്റ്റ് എന്തെങ്കും വിവരോണ്ടോ–?" ഗുരിക്കൾ ചോദിച്ചു.

"ഒരനക്കോം –ല്ല."

കുഞ്ഞേ്യക്കൻ പറഞ്ഞു.

"അണിയറേല് ബെലീയ്യെ പിഡി പിടിച്ചിറ്റ്ണ്ട്ന്നാ– അറിവ്."

ഗുരിക്കളോട് അനുവാദം വാങ്ങി കുഞ്ഞേ്യക്കൻ പടിക്കെട്ടിറങ്ങി നടന്നു.

"അന്തുറുമ്മായെ ഇമ്മിറ്റത്ത് ബളർന്നെ ചെറിയ്യോനേനും."

മലയി പറഞ്ഞു.

"നല്ലെ മരിയാദേം ബൗസൂംള്ളെ കൂട്ടത്തിലേനും–"

''അതൊന്നും പറഞ്ഞിറ്റ് കാര്യോല്ലാ. പൈശ്ശേം സ്വാദീനോം കൂഡ്മ്മം കുറ്റം ചെയ്യാന് ള്ള ധൈര്യോം കൂഡും."

പണിക്കർ ഗുരിക്കളെ നോക്കി.

"ഓനെന്ത്ന്നാ ചെയ്തേന്ന് എനക്കിപ്പളും ഒര് തിരിവാഡും കിട്ടീക്ക്ല്ല, ഗുരിക്കളേ."

ഇത്രയും പൊലീസും സന്നാഹവുമായി അന്ത്രുമ്മാനെ പിടികൂടാൻ മാത്രം അവൻ ചെയ്ത കുറ്റമെന്താണെന്ന് ഇപ്പോഴും ആർക്കും മനസിലായിട്ടില്ല. ആരോ പറഞ്ഞു, അവന് അധോലോകവുമായി ബന്ധമുണ്ടെന്ന്. മറ്റുചിലർ പറയുന്നു, അവൻ അൽക്വെയ്ദ പോലുള്ള തീവ്രവാദിസംഘടനയുടെ ഏജന്റായിരുന്നു എന്ന്. ഒന്നുമൊന്നും അറിയാത്ത സാധു ജനം പറയുന്നു. 'ഓൻ അറബീനേം പറ്റിച്ച് മുങ്ങ്യതാ–'എന്ന്.

"കുറ്റം എന്തായാലും കൊറച്ച് ഗൗരവംണ്ട്ന്ന് കൂട്ടിക്കോളീം. അല്ലെങ്ക്ല് ആ ആനമയിലൊട്ടകക്കാരന്റെ മക്കളു് ഇവ്ഡെ വന്നിക്കേനുംന്ന്ള്ളെ അറിവ് പിഡിച്ച് പോലീസ്കാര് പിന്നേം ഇവ്ഡ്യെത്തണോ?"

ഗുരിക്കൾ പറഞ്ഞു.

"അപ്പോ സംഗതി നിസ്സാരെല്ലാന്ന് കൂട്ടിക്കോളീം–"

ഗുരിക്കളും പണിക്കരും സംസാരിച്ചുകൊണ്ടിരിക്കെ വടക്കേപ്പറമ്പിലേക്കൊര് പൊലീസ് ജീപ്പ് കയറിവന്നു. തൊട്ടുപിന്നാലെ മറ്റൊരു പൊലീസ് ജീപ്പ്കൂടി വന്നു. അവയോടൊപ്പം കൂട്ടംകൂട്ടമായി അങ്ങാടിയിൽനിന്ന് ആളുകളും ഓടിവന്നു. വടക്കേപ്പറമ്പിൽ ആളും ആരവവും കണ്ട് ഗുരിക്കളോടൊപ്പം പണിക്കരും മലയിയും ശ്രീദേവിയും മുറ്റത്തിറങ്ങി... കുഞ്ഞേ്യക്കനും തിരിച്ചെത്തി.

കുഞ്ഞേ്യക്കൻ പറഞ്ഞു:

"അന്തുറുമ്മാനേംകൊണ്ട് പോലീസ് വന്നിക്ക്ണ്ട്"

"നേരോ–?"

പണിക്കരുടെയും ഗുരിക്കളുടെയും ശബ്ദത്തിൽ അതിശയം. കുഞ്ഞേ്യക്കൻ വെപ്രാളപ്പെട്ട് കൊള്ളിറങ്ങി അന്ത്രുമ്മാന്റെ വീട്ടുമുറ്റത്തേക്ക് കുതിച്ചു.

വടക്കേപ്പറമ്പിലേക്ക് അന്തംവിട്ട് ജനം ഓടിവന്നുകൊണ്ടിരിക്കുകയാണ്. അവർക്ക് മുൻപിലൂടെ അന്ത്രുമ്മാനെ ഇറക്കി കോലായിലേക്ക്

കൊണ്ടുപോവുകയാണ്. അന്ത്രുമ്മാന്റെ കൈകൾ വിലങ്ങുവച്ച് പൂട്ടിയിട്ടുണ്ട്. അവന്റെ മുഖം കറുത്ത് കരുവാളിച്ചിട്ടുണ്ട്. അവന്റെ മുഖത്ത് മുള്ളാണിമുനകൾപോലെ കുറ്റിരോമം വളർന്നിരിക്കുന്നു. അവന്റെ നെറ്റിയിൽ പാതികരിഞ്ഞ മുറിവും കാലുകളിൽ നീരുമുണ്ട്. അവൻ നടക്കുമ്പോൾ കുറ്റിപഴുത്ത ആണിരോഗിയെപ്പോലെ–

അവനെ കണ്ട് മലയി വാവിട്ടു. ശ്രീദേവി വടക്കേ പ്ലാവിനുചുവട്ടിൽ ദുഃഖമടക്കിനിന്നു.

അവൻ ഒരുകാലത്ത് എനിക്കൊര് ആങ്ങളയെപ്പോലെയായിരുന്നു. ശ്രീദേവി ഓർത്തു. അവനായിരുന്നു കുഞ്ഞുന്നാളിൽ നെല്ലിക്ക എറിഞ്ഞിട്ടുതന്നതും തോട്ടുവക്കിൽനിന്ന് അതിരാണിപ്പൂക്കൾ പറിച്ചുതന്നതും.. പിന്നെപ്പിന്നെ അന്ത്രുമ്മാൻ അകന്നു. അവൻ ഒരു മുതിർന്നയാളെപ്പോലെ മാറിപ്പോയി. അവന്റെ ചിന്തകളിൽ മുട്ടയുടെ കണക്കും വലിയവലിയ കാര്യങ്ങളുമേ ഉണ്ടായിരുന്നുള്ളു....

പിന്നെ അന്ത്രുമ്മാനെ ശ്രീദേവി കാണുന്നത് അവന്റെ പെണ്ണുറപ്പിച്ച ശേഷമാണ്. കോഴിക്കോട് പട്ടണത്തിനടുത്ത് എവിടെയോ പൂവൻവാഴയുടെ തിരുളുപോലൊര് സുന്ദരിപ്പെൺകുട്ടി...

കല്യാണത്തിരക്കിനിടയിൽ അവൻ വലിയ പെട്ടികളുമായി കറുത്ത ചില്ലിട്ട വലിയൊര് കാറിൽ വന്നിറങ്ങുകയായിരുന്നു. അന്നവൻ ശ്രീദേവിയെ കണ്ട് വെറുമൊര് പരിചയഭാവം കാണിച്ച് കടന്നുപോയി....

പൊലീസ് അന്ത്രുമ്മാനേയുംകൂട്ടി അകത്തേക്ക് കടന്നു. അവനെ കണ്ടതോടെ ഇടിവെട്ടിപ്പിളരുന്നപോലൊരു കരച്ചിൽ ഉയർന്നു; പൊടുന്നനെ അത് കെട്ടടങ്ങി.

അൽപ്പം കഴിഞ്ഞപ്പോൾ ചെറിയൊരു പൊലീസുവലയത്തിൽ ബിയ്യാത്തുമ്മയും അന്ത്രുമ്മാന്റെ കെട്ട്യോളും പുറത്തിറങ്ങിനിന്നു. അവരെ കണ്ട് പണിക്കർ ആൾക്കൂട്ടത്തിലേക്ക് ഒതുങ്ങിനിന്നു.

ഒന്നരക്കൊല്ലം മുൻപാണ് അന്ത്രുമ്മാൻ നബീസുവിനെ കല്യാണം കഴിച്ചത്: പണിക്കർ ഓർത്തു–

കുതിരകെട്ടിയ വില്ലുവണ്ടിയിലായിരുന്നു അന്ന് അന്ത്രുമ്മാൻ പെണ്ണ് തേടിപ്പോയത്. കസവും കിന്നരിയുംവച്ച് അലങ്കരിച്ച വണ്ടി കോഴിക്കോടുനിന്ന് വാടകയ്ക്ക് വരുത്തിയതായിരുന്നു. അത് വലിക്കാൻ പരന്ത്രീസ് സായിപ്പിന്റേത് പോലുള്ള വെള്ളക്കുതിരയുണ്ടായിരുന്നു.

വണ്ടിക്ക് അകമ്പടിയായി ദപ്പും പാട്ടും വാദ്യമേളങ്ങളും.

അന്ത്രുമ്മാന്റെ കല്യാണത്തിന് ഒര് മിനിലോറിയിലായിരുന്നുവത്രേ ആടിനെ ഇറക്കിയത്.

പണിക്കർ ഇടവഴിയോരത്ത് ഇറങ്ങിനിന്നു. ഗുരിക്കൾ കൊള്ളിറങ്ങാൻ വയ്യാതെ പണിക്കരുടെ കോലായിൽത്തന്നെ ഇരുന്നു... തിരിച്ച് വീടിന് പുറത്തേക്ക് കൊണ്ടുവരുമ്പോൾ അന്ത്രുമ്മാൻ കട്ടിത്തുണി കൊണ്ട് മുഖം മറച്ചിരുന്നു. അവൻ തല നന്നേ കുമ്പിട്ടിരുന്നു.

അവനെയും കയറ്റി പൊലീസ്വ്യൂഹം വടക്കേപ്പറമ്പിറങ്ങി. ഒപ്പം ജനങ്ങളും ഇറങ്ങി. വടക്കേപ്പറമ്പ് പിന്നെയും വിജനമായി. മലയിയുടെ

ചുമലിൽത്താങ്ങി ബിയ്യാത്തുമ്മ തളർന്നിരുന്നു. തൊട്ട് ചേർന്ന് നബീസുവും.

വിളറിയ സാന്ധ്യവെളിച്ചത്തിൽ വെൺമേഘത്തിന്റെ നിറമുള്ള ഒരു വലിയ കാർ അന്ത്രുമ്മാന്റെ വീട്ടുമുറ്റത്ത് വന്നുനിന്നു. അതിൽനിന്ന് നബീസുവിന്റെ ബാപ്പയും ആങ്ങളമാരും പുറത്തിറങ്ങി. അവരെ കണ്ട് ബിയ്യാത്തുമ്മ എഴുന്നേറ്റു. അവർ നോക്കിനിൽക്കെ നബീസു ബിയ്യാത്തുമ്മയെ കെട്ടിപ്പിടിച്ച് കരഞ്ഞു...

ഒച്ചയനക്കമില്ലാതെ പുതുപുത്തൻ ലക്ഷ്വറി കാർ നബീസുവിനെയുംകൊണ്ട് വടക്കേപറമ്പിറങ്ങി. വെണ്ണക്കല്ലും വീട്ടിയും കണ്ണാടിയും പതിച്ച കൂറ്റൻ സൗധത്തിന് മുൻപിൽ പെറ്റവയറിൽ കൈയമർത്തി ബിയ്യാത്തുമ്മ നിന്നു.

# 12

# അരങ്ങ് വിട്ട് അകലുന്നവർ

**ആ**കാശം കറുത്തു. മഴമേഘങ്ങളുടെ മൺകുടങ്ങൾ നിറഞ്ഞു. വിഷുകഴിഞ്ഞ് നാട് ഇരുളുകയാണ്. പണിക്കർ മലയിയെ നോക്കി. ആ നോട്ടത്തിൽ മഴക്കാലത്തെക്കുറിച്ചുള്ള വേവലാതികൾ നിഴലിച്ചു. വരാനിരിക്കുന്ന വറുതിയുടെ മാസങ്ങളിലേക്ക് എന്തെങ്കിലും കരുതിവച്ചേ പറ്റൂ. അല്ലെങ്കിൽ മലയന്റെ അടുപ്പുകൾ...

"എന്നായാലും പോയിനോക്ക്യല്ലേ പറ്റൂ. പിന്ന്യെന്തിനാ നാളേക്ക് വെക്ക്ന്ന്..?" മലയി ചോദിച്ചു. പതിവായി മഴയ്ക്ക് മുൻപേ പണിക്കർക്ക് വയനാട് ഭാഗത്തേക്കൊരു യാത്രയുണ്ട്. കുന്നും മലയും താഴ്വാരങ്ങളും ചവുട്ടി ആഴ്ചകൾ നീണ്ടുനിൽക്കുന്ന അലച്ചിൽ. അതവസാനിക്കുന്നത് വയനാട്ടിലെ കോടമഴയിലാണ്.

അതിനു മുമ്പേ കുറേ മാറ്റലുകളും മന്ത്രവാദങ്ങളും സർപ്പദോഷങ്ങളുമൊക്കെ തരപ്പെടുത്തണം. പിന്നെ അറിഞ്ഞും ചോദിച്ചും കിട്ടുന്ന കുറെ കായ്കനികളും കിഴങ്ങുകളും.... എങ്ങനെയെങ്കിലും തിരിച്ചു വരുന്ന കാലമാവുമ്പോഴേക്കും മലയന്റെ പാക്കെട്ടിൽ നോട്ടുകളും, മാറാപ്പിൽ കുത്തരിയും, ചാക്കുകെട്ടിലും കുരിയലിലും ചേന, ചേമ്പ്, കണ്ടിക്കിഴങ്ങ്....

"അമ്മേ....ദേവീ...സഹായിക്കണേ; ദേവീ..."

പണിക്കർ ബെഞ്ചിൽ നിന്നെഴുന്നേറ്റു. പിന്നെ കുളിച്ച് കുറിതൊട്ടു... വെയിൽ മൂക്കുന്നതിന് മുമ്പേ ഇറങ്ങണം.

പണിക്കർ പാക്കെട്ടിലെ നാണയങ്ങൾ കുലുക്കിനോക്കി...കുറ്റ്യാടി വരെ ബസിന് പോകണം. അവിടുന്നങ്ങോട്ട് ജീപ്പോ മറ്റെന്തെങ്കിലും വാഹ

നമോ തരപ്പെടുംപോലെ. അങ്ങനെ സന്ധ്യക്ക് മുമ്പേ പരിചയക്കാരുടെ സഹായം കൊണ്ട് എവിടെയെങ്കിലുമൊരു താവളം കണ്ടെത്തണം. മലയോരത്ത് ആണ്ടിപ്പണിക്കർ വന്നിട്ടുണ്ടെന്ന അറിവെത്തിക്കണം.

അലക്കി മടക്കിയ മുണ്ടും മേൽമുണ്ടും പുത്തൻ കോണകവും മലയി കടലാസിൽ പൊതിഞ്ഞുവച്ചു. തൂക്കുസഞ്ചിയിൽ പണിക്കർ ഓട്ടു പാത്രങ്ങളും ഭസ്മപ്പൊതിയും വച്ചു.

കോലായിത്തെമ്പിൽ കുനിഞ്ഞ് ചെരിപ്പിന്റെ വാറ് മുറുക്കി ആണ്ടിപ്പണിക്കർ എറോത്തറത്തിൽ തൂക്കിയ വളഞ്ഞ കാലുള്ള കുട നിവർത്തി.

പണിക്കരുടെ വഴിയിൽ കുഞ്ഞ്യേക്കന്റെ പശുക്കിടാവ് വാലും പൊക്കി കുസൃതിച്ചാട്ടം ചാടികടന്നുപോയി.

സൗഭാഗ്യ ശകുനം കണ്ട് മലയിയുടെ കണ്ണ് നിറഞ്ഞു. ശ്രീദേവി മുറ്റമിറങ്ങി കിണറ്റിൻകരയിലേക്ക് നടന്നു.

"പണിക്കറെങ്ങോട്ടാ?"

പാറമടയിൽ പൊക്കായി കുശലം ചോദിച്ചു.

"ക്ക്-കൊറച്ച് കാര്യോണ്ടേനും പൊക്കായീ."

"മാറ്റലാ?"

"ഒക്കെ-ണ്ട്."

കുലത്തൊഴിലേ അറിയാവൂ. കഷ്ടിമുഷ്ടിയാണെങ്കിലും ഇതുവരെ കഴിഞ്ഞ് വന്നത് അതുകൊണ്ടാ.

"എപ്പളാ തിരിച്ച്?"

"ഒന്നും തീരുമാനിച്ചിറ്റില്ല, പൊക്കായി."

പലപ്പോഴായി പരിചയപ്പെട്ടവരുടെ വീട്ടുകോലായിൽ അന്തിയുറക്കം. വെളിമ്പ്രദേശത്ത് പൊറായി. കാട്ടുചോലയിൽ അലക്കും കുളിയും. തരപ്പെട്ടാൽ എവിടെയെങ്കിലും കയറി ഒര് ക്ഷൗരം... പിന്നെ അലച്ചിലാണ്. തണുപ്പും മഴയും കാറ്റും അനുവദിക്കുന്നത് വരെ. അതു കഴിഞ്ഞാൽ മടക്കയാത്ര.

"പോവാങ്കാലത്ത് ശ്രീദേവിക്കൊര് രണ്ട് ചുരുദാറും ഒര് ഞെക്ക്യാത്തൊറക്ക്ന്നെ കൊടേം മാങ്ങിക്കൊഡ്ക്കണം."

മലയിയുടെ ആഗ്രഹം പണിക്കർ മനസിലിട്ട് താലോലിച്ചു.

പാറമടയിറങ്ങി ആണ്ടിപ്പണിക്കർ നടന്നു. നടന്ന് തോട്ടുവക്കിലെത്തവേ പോസ്റ്റുമാൻ ചന്തുനായർ വരുന്നു.

"പണിക്കറെങ്ങോട്ടേക്കാ?"

"ക്കൊരു യാത്ര പോറപ്പെഡ്ഡാ."

വീതിയുള്ള നടവരമ്പിൽ പണിക്കരെ മറികടന്ന് പോസ്റ്റുമാൻ നടന്നു.

"ശ്രീധരനൊര് കവറ്ണ്ടേനും."

"ങ്ഒ"

"ഗേർമ്മണ്ട്ന്ന്ള്ളതാ."

കേട്ടപാതി പണിക്കർ നിന്നു.

"ഉദ്യോഗത്തിന്റെ ഓഡറാന്നാതോന്ന്ന്നെ."

"നേരോ–" തോട്ടിൽ തേങ്ങ വീഴുന്നതുപോലെ പണിക്കരുടെയുള്ളിൽ നിന്നൊർ ഒച്ച പുറത്തേക്ക് ചാടി. പൊടുന്നനെ പണിക്കർ കുട മടക്കി. പിന്നെ ആഞ്ഞുവലിഞ്ഞ് ചന്തുനായരോടൊപ്പം നടന്നു.

"ഗുരിക്കളേ."പണിക്കർ വിളിച്ചു. തൊടിയിൽ ഗുരിക്കൾ വിളികേട്ടു.

"ഒന്ന് കൈകയി വെരവാ– ശ്രീധരന് പണീന്റെ ഓഡറായിക്ക്ണ്ട്."

ഗുരിക്കൾ കൈകഴുകി. പിന്നെ മകനുവേണ്ടി സർക്കാർ വക കവർ കൈപ്പറ്റി. ഗുരിക്കളുടെ കൈകളും പണിക്കരുടെ മനസും വിറയാർന്നു നിന്നു.

**കാ**ലവർഷത്തിന്റെ മേലാപ്പിൽ നിന്ന് നനുത്ത് നേർത്ത ഒരു കാറ്റ് പുഴയോരത്ത് നീരാട്ടിനിറങ്ങിയിരിക്കുന്നു.

കാറ്റിൽ ഗുരിക്കൾ തോർത്ത് മടക്കി തലയിലിട്ടു. തോണിയിൽ കോട്ട്യേമ്പറത്ത്കാരൻ തുഴ തളർത്തിയിട്ട് യാത്രികരെ കാത്തുനിൽക്കുകയാണ്. അടുത്തകാലത്തായി മിക്കവാറും കടത്തിനിരിക്കാറ് ഈ ചെറുപ്പക്കാരനാണ്. ഗുരിക്കൾക്ക് വയ്യ, ശ്രീധരന് എപ്പോഴും ഇരിക്കാൻ കഴിഞ്ഞെന്ന് വരില്ല. അങ്ങനെ തൽക്കാലത്തേക്ക് ഈ ചെറുപ്പക്കാരനെ ഏർപ്പാടാക്കിയതാണ്.

"ശ്രീദരന്റെ നെയമനം ശെരിയായയാല് അന്ന് ഞാനീ കടവൊയിവാക്കും രാജീവാ–" ഗുരിക്കൾ പറഞ്ഞു. "പക്കേങ്കില് അയ്നിനിയും രണ്ട് മൂന്ന് മാസേഡ്ക്കും– ന്നാ കേൾവി."

രാജീവൻ ഗുരിക്കളുടെ കണ്ണുകളിലേക്ക് നോക്കിയിരുന്നു. ഗുരിക്കളെ മൊത്തമായി കീഴടക്കിക്കൊണ്ടിരിക്കുന്ന വാർധക്യം കണ്ണുകളിൽ മങ്ങിയ നിലാവെളിച്ചമായി ഒതുങ്ങി തളർന്നുവരുന്നതുപോലെ.

"ഈ കടത്ത് ഇനിക്കേറ്റെടുത്ത് നടത്ത്യാലെന്താ, രാജീവാ?"

അപ്രതീക്ഷിതമായി ഗുരിക്കളുടെ നാവിൽ നിന്ന് വീണ നിർദേശം കേട്ട് രാജീവൻ ഒരു വേള തരിച്ചിരുന്നു.

"പൊറത്തറഞ്ഞാല് തോന്ന്യാൾക്കാറ് ശുപാരിശ്ശീം കത്തോവാക്ക്യായിറ്റ് വെരും. ഇപ്പളാവ്മ്പോ ഒഡമസ്ഥനും ലൈസൻസിയു–ക്കെ ഞാന്തെന്ന്യാ." ഗുരിക്കൾ തുടർന്നു " ആരോഡും ഒന്നും പറേണ്ട; ഒരീസം ഇഞ്ഞി കാര്യങ്ങിര്ന്നാ–മയി."

ഏറാമലക്കടവിൽ ആരോ കടത്തുവിളിച്ചു–"കൂയ്യ് യ്...."

**മി**നുമിനുത്ത പാറപ്പുറത്ത് അടർന്ന കരിങ്കൽച്ചീളുവച്ച് രാജീവൻ വെറുതെ വരഞ്ഞുകൊണ്ടിരുന്നു. പൂർവപിതാക്കളുടെ കൈമാറി വന്ന ജന്മനിയോഗമാണ് മലയന്റെ കുലത്തൊഴിൽ. അതിൽനിന്നൊരു മോചനം തേടിയുള്ള മനസിന്റെ യാത്രയിലാണ് പലപ്പോഴും ശ്രീധരനോടൊപ്പം അപേക്ഷകൾ അയച്ചതും ടെസ്റ്റുകളെഴുതിക്കൊണ്ടിരുന്നതും. ഇന്ന് അത് ശ്രീധരനെ അനുഗ്രഹിച്ചു...നാളെ ഒരുപക്ഷേ, പ്രതീക്ഷയുടെ നനുത്ത കൈപ്പത്തി അനുഗ്രഹമായി ഉയരുകയാണെങ്കിൽത്തന്നെയും അതുവരെ

ഈ കുലത്തൊഴിൽ കൊണ്ടുനടന്നേ പറ്റൂ. ഉപജീവനം...അതിനായി ഇനിയൊരു തോണിക്കാരന്റെ വേഷം കെട്ടണോ?

രാജീവൻ പാറപ്പുറത്ത് മലർന്നുകിടന്നു. മുകളിൽ അസ്തമയത്തിന്റെ ചായക്കൂട്. അത് തുരന്ന് ചേക്കേറാൻ പറക്കുന്ന പക്ഷിക്കൂട്ടങ്ങൾ.

വർഷങ്ങൾക്കുമുമ്പ് ഇതുപോലൊര് നിറസന്ധ്യയിൽ – രാജീവനോർക്കുന്നു. അരയിൽ കച്ചത്തോർത്ത് വലിച്ചുകെട്ടി ഭസ്മം പുരണ്ട കൈകൊണ്ട് ഇടയ്ക്കയുടെ തുടുത്ത മുഖം ഉയർത്തിപിടിച്ച് ഇടതുകൈവിരൽ ചേർത്ത് മുറുക്കിയും അയച്ചും അടതാളത്തിൽ മാളവിരാഗത്തിന്റെ ലഹരിയിൽ ഒന്നാം അഷ്ടപദി പാടിയത്.

അത് അരങ്ങേറ്റമായിരുന്നു. കേൾവിക്കാരായി അമ്മാവനും മുത്തശ്ശിയും ശ്രീദേവിയും പിന്നെ ശ്രീധരനുമുണ്ടായിരുന്നു. ഇടയ്ക്കയുടെ പതിഞ്ഞ താളത്തിൽ വൃദ്ധനായ ശാന്തിക്കാരൻ മിഴികൾ കൂപ്പി തലചരിച്ചു നിന്നു. അദ്ദേഹത്തിന്റെ കൈവിരലുകളിൽ താളം കളിയാടി.

പ്രളയപയോധി ജലേധൃത വാനസിവേദം–

നെഞ്ചിടിച്ചില്ല; സ്വരമിടറിയില്ല; താളം പിഴച്ചില്ല. ഭസ്മക്കുറിയിട്ട നെഞ്ചിൽ കുളിർക്കാറ്റ് വീശി; ആൽമരത്തിന്റെ നാഗപത്രങ്ങളിളകി.

കേശവാ, ജയ ജഗദീശഹരേ.

പാടിനിർത്തി, മിഴികൾ തുറന്നില്ല. കൺമുമ്പിൽ ദശാവതാര വിശേഷങ്ങളായിരുന്നു.

മത്സ്യകൂർമ്മ വരാഹം–ശ്ച

നരസിംഹശ്ച വാമനാ–

ഹേ കേശവാ–ധൃതദശവിധരൂപ–

അല്ലയോ, ദശാവതാരം കൈക്കൊണ്ട വിഷ്ണുമൂർത്തേ, അങ്ങ് ജയിച്ചാലും!

"കൈ തെളിഞ്ഞിറ്റ്ണ്ട് – കണ്ഠോം ശുദ്ധായ്രിക്ക്ന്ന്.നന്നാവും." ശാന്തിക്കാരൻ പറഞ്ഞു. അതുകേട്ട് തലയാട്ടുന്ന മുത്തശ്ശി; ഇപ്പോഴും മനസിൽ നിന്ന് അതിന്റെ ലഹരിവിടാതെ കൊണ്ടുനടക്കുന്ന അമ്മാവൻ. അമ്മാവന്റെ വിറയാർന്ന കൈകൾ നെറുകയിൽ തണുപ്പ് പകർന്നു...

"നന്നായി വരട്ടെ."

പാറപ്പുറത്ത് ഒന്നുരണ്ട് മഴത്തുള്ളികൾ. രാജീവൻ എഴുന്നേറ്റു. പാറമടയിൽ പോക്കുവെയിൽ കറുത്തു; കനത്തു.

അമ്പലത്തിൽ ശാന്തിക്കാരൻ നടയടയ്ക്കാൻ തുടങ്ങുകയാണ്. ശ്രീധരൻ കിണറിന്റെ ആൾമറയിൽ ചാരിനിന്നു. രാജീവൻ അക്കരയ്ക്ക് തോണി കയറിയിട്ടുണ്ടാവും.

"ഇന്ന് ശ്രീധരന്റെ പേരിലൊര് അർച്ചനണ്ടാർന്നു..."

"എന്റെ പേരിലോ"

"ന്താ–ത്ര സംശ്യം. ന്ങ്ങൾടെ പേരിത്തന്നെ." ശാന്തിക്കാരൻ

നൊണ്ണുകാട്ടി ചിരിച്ചു.

"പുതുതായിട്ട് ഉദ്യോഗം ക്ട്ടീരിക്കല്ലേ. ദൈവത്തിന്ളെള പങ്ക് എങ്ങ നെയ്യങ്കിലും വരണോ–ല്ലോ. വന്നു. വന്നുകഴിഞ്ഞു."

ശാന്തിക്കാരൻ വാതിൽ ചാരി.

"എങ്ങനെ?" ശ്രീധരൻ ചോദിച്ചു.

"ആ പണിക്കർടെ മോളേയ്...ശ്രീദേവീന്ന് പറേന്ന പാട്ട്കാരിക്കുട്ടി ല്ലേ– അവള്ടെ വക. നക്ഷത്രം ചോദിച്ചപ്പോ തിട്ടോല്ലാന്ന് പറഞ്ഞു. ബന്ധം ചോദിച്ചപ്ളേ ആങ്ങള്യാന്ന് പറഞ്ഞു.....ഹൃദയ ശുദ്ധ്യേ."

ആയിരം ദളപുടങ്ങൾ നിവർത്തി ആത്മഹർഷത്തിന്റെ മിഴിനീര് ഏറ്റുവാങ്ങുന്നപോലെ മനസ്സ്. ശരീരത്തിൽ കുളിർകാറ്റ് പൊതിയുന്നപോലെ.

കൈകൂപ്പി, മിഴികളടച്ചു...

ശാന്തിക്കാരനൊപ്പം ശ്രീധരനും ഇറങ്ങി. എങ്ങോട്ട് പോകണം. അപ്പോൾ മനസിറങ്ങി പെങ്ങൾ പറയുന്നു. "നേരം ഇരുട്ടീല്ലേ ശ്രീധരേട്ടാ. നേരെ വീട്ടിലേക്ക് പോയ്ക്കോളൂ."

**മൂ**ന്ന് പുഴകളുടെ സംഗമത്തിലൂടെ അലങ്കരിച്ച് വെടിപ്പാക്കിയ കട ത്തുതോണി ഒഴുകി നീങ്ങുകയാണ്. അതിൽ കടത്തുകാരിയായി ശ്രീദേവി. അവളുടെ താമരവിരലുകളിൽത്തങ്ങി നേർത്തു നീണ്ട തുഴയിളകുന്നു. മുമ്പിൽ രാജീവനിരിക്കുന്നുണ്ട്. പുഴയിൽ ചന്ദനമണമുള്ള കാറ്റ് വീശി. ജലോപരിതലത്തിലെ നിലാവിന്റെ നുറുങ്ങുകൾ വൈരങ്ങളായി തിളങ്ങി. കുളിരൊഴുക്കിലെ മുത്തുകൾ പെറുക്കിയെറിഞ്ഞ് രാജീവൻ മത്സ്യഗന്ധിയെ വിളിച്ചു.

പ്രിയേ...

അവൾ വിളികേട്ടു.

കടത്തുതോണിക്ക് ചുറ്റും തിരകളുണർന്നു. തിരകൾ പർണശാല യൊരുക്കി...അവരുടെ അടക്കിപ്പിടിച്ച നിശ്വാസവേഗങ്ങളിൽ രാവുണർന്നു. രതിമൂർച്ഛയിലെ ഭഗ്നതാളം രാജീവനെ തളർത്തി. അവൻ കണ്ണുതുറന്ന് ചുറ്റും പരതി. രാജീവന്റെ സ്വപ്നത്തിൽ ഒഴിഞ്ഞ ചിപ്പികൾ നിറഞ്ഞു. മുത്തുകൊഴിഞ്ഞ ചിപ്പികളിൽ രാജീവൻ മുഖം പൂഴ്ത്തിക്കിടന്നു. പുലർകാലമറിയിച്ച് പുറത്ത് കോഴി കൂവുന്നു.

**പു**ഴയോരത്തെ മൺകൂനകളിൽ വെയിൽനാളം വിരലുകളാഴ്ത്തി. കടവ് കാത്തുനിന്ന രാജീവനരികിൽ സർക്കാർവക ഒരു ജീപ്പ് വന്നു. അതിൽ നിന്ന് നാലുപേർ ഇറങ്ങിനിന്നു. അവർ കടവിന്റെ പരിസരങ്ങ ളിൽ മാറിമാറിനിന്ന് മറുകര തിട്ടപ്പെടുത്തി; പിന്നെ ടാപ്പ് വലിച്ച് അളന്നു...

ചുറ്റും കൂടിനിന്നവരോട് അവരിൽ പ്രമുഖനായ ആൾ പറഞ്ഞു:

"തുരുത്തിമുക്കില് പാലം വര്വാമ്പോവ്വാ–"

കേട്ടപാതി രാജീവന്റെ ഹൃദയം മിടിച്ചു.

"അപ്പോ കടവോ–?" രാജീവൻ ചോദിച്ചു.

"പാലം വന്നാല് പിന്ന്യെന്തിനാ കടവ്?" എൻജിനീയർ ചിരിച്ചു.

പുഴയോരത്ത് പിന്നെയും പിന്നെയും ആളുകൾ കാഴ്ചകാണാനെന്നപോലെ വന്നുകൊണ്ടിരുന്നു.

# 13

## പൊക്കായിയും പളനിശെൽവവും

**പു**ലർകാലംവരെ ചാറ്റൽമഴ പെയ്തുകൊണ്ടിരുന്നു. നനുത്ത പ്രഭാതത്തിന്റെ ഉള്ളറകളിൽ അടക്കിപ്പിടിച്ച മഴത്താളം; ഓലമേഞ്ഞ മേലാപ്പിലൂടെ അരിച്ചിറങ്ങുന്ന തണുപ്പ്.

മലയി പുതപ്പ് വലിച്ച് തലയറ്റം മൂടിക്കിടന്നു. കാലവർഷത്തിന്റെ മന്ത്രാരവങ്ങൾ അടുത്തുകൊണ്ടേയിരിക്കുന്നു.

കോലായിൽ നിന്ന് ആരോ വിളിക്കുന്നപോലെ...

"അമ്മാളൂ....അമ്മാളൂ."

ശബ്ദം പണിക്കരുടേതല്ലെന്ന് മലയി തിരിച്ചറിഞ്ഞു. അല്ലെങ്കിലും പണിക്കർ തിരിച്ചെത്താറായിട്ടില്ലല്ലോ.

"അമ്മാളൂ"

റൗക്ക വലിച്ച് താഴ്ത്തി ബ്ളൗസും നേരെയാക്കി മലയി വാതിൽ തുറന്നു.

ഉണ്ണ്യേമ.

ഉണ്ണ്യേമ നന്നേ പരവശയായിരിക്കുന്നു... നല്ല പനിയുമുണ്ട്.

മലയി പെട്ടെന്ന് പുല്ലുപായയെടുത്ത് കോലായിൽ വിരിച്ചു. കീറക്കമ്പിളികുടഞ്ഞ് ഉണ്ണ്യേമയെ പുതപ്പിച്ചു. ഉണ്ണ്യേമ കോടി വിറയ്ക്കുന്നുണ്ട്.

മടലിൽ തീയെരിച്ച് മലയി ഉണ്ണ്യേമയെ ചൂടുപിടിപ്പിച്ചു. ഉണ്ണ്യേമ വിറച്ചു വിറച്ചു തീ കാഞ്ഞു.

അടുപ്പിൽ ശ്രീദേവി കരിഞ്ചായ കാച്ചി. പിന്നെ മുറ്റമിറങ്ങി ശ്രീദേവി ചെന്ന് കുഞ്ഞേക്കനെ വിളിച്ചു. അയൽവീട്ടുകാർ എത്തിത്തുടങ്ങി. വടക്കേക്കൊളള് കയറി ബിയ്യാത്തുമ്മയും വന്നു.

"എന്താ പറ്റ്യേ അമ്മാളൂ." ബിയ്യാത്തുമ്മ ചോദിച്ചു. ബിയ്യാത്തുമ്മയെ കണ്ട് മലയിയുടെ കണ്ണ് നിറഞ്ഞു.

"ഉണ്ണ്യേമയ്ക്ക് വല്ലാത്തെ ശീണം. പനിക്കുന്നും-ണ്ട്."

"തണുപ്പ് പറ്റാത്ത പ്രായല്ലേ, മോളേ. ആരെങ്കിലും ചെന്ന് സുരേശ് ഡോക്ക്ട്ടറെ വ്ളിച്ചോണ്ട്വാരീം."

പൊള്ളുന്ന കടുംചായ ഉണ്ണ്യേമ ഊതിക്കുടിച്ചു.

സുരേഷ് ഡോക്ടർ ഉണ്ണ്യേമയെ പരിശോധിച്ചു. പിന്നെ സ്വന്തം

കാറിൽ വടകര ധർമാശുപത്രിയിലേക്ക് കൊണ്ടുപോയി.

ഉണ്ണ്യേമയുടെ കൂടെ മലയിയും കുഞ്ഞേ്യക്കനും ചന്തമ്മനും കാറിൽ കയറി...

വടകര ധർമാശുപത്രിയിലെ മൂന്നാംവാർഡിൽ ഉണ്ണ്യേമ മരിച്ചു കിടന്നു. രോഗവിവരം തിരക്കിയെത്തിയ നാട്ടുകാർക്ക് മുമ്പിൽ ഉണ്ണ്യേമ യുടെ ദേഹം വെള്ളപുതച്ച് നിശ്ചേതനയായി....

ഉണ്ണ്യേമയുടെ വിവരം കാട്ടുതീപോലെ നാട്ടിൽ പരന്നു.

മലോൽത്താഴെ വയലിൻകരയിലെ ഉണ്ണ്യേമയുടെ കൊച്ചുകൂരയിൽ ഒരു ചുരുൾ പിരിയോലയും പിഞ്ഞിയ തലക്കുടയും ഒരു കുഞ്ഞി ഇരു മ്പുലക്കയും അനാഥമായി കിടന്നു. അന്ന് രാത്രി ആരോരുമറിയാതെ പൊക്കായി അതിന് കാവൽ കിടന്നു. പാതിരാവിലെ തണുത്ത കാറ്റിലും പ്രഭാതത്തിലെ പക്ഷികളുടെ കളകളാരവത്തിലും പൊക്കായി ഉണ്ണ്യേമ യുടെ സ്നേഹസ്വരത്തിനുവേണ്ടി കാതോർത്തു. പിന്നെ പൊക്കായിയും ഉറങ്ങി...

കരിയോലപ്പഴുതിലൂടെ സൂര്യൻ ചുവന്ന കൈവിരലുകൾ നീട്ടി പൊക്കായിയെ തൊട്ടുവിളിച്ചു. പൊക്കായി ഉണർന്നു. പിന്നെ കൂര ചാരി യിറങ്ങി. തോട്ടുവക്കിലൂടെ എളങ്ങോളിപ്പറമ്പിന്റെ ഇടവഴി കടന്ന് പൊക്കായി വെങ്കല്ലൂരിലേക്ക് നടന്നു.

അവിടെ ഉണ്ണ്യേമയുടെ ആന്ടിമണ്ണ്- അതിനുമുകളിൽ തിളങ്ങുന്ന അഭ്രപാളികൾ. അവിടെ മുട്ടുകുത്തി പൊക്കായി വിളിച്ചു: "ഉണ്ണ്യേമ്മേ.."

പൊക്കായി ഗുരിക്കളോടൊപ്പം നടന്നു. ഇപ്പോൾ പൊക്കായിയുടെ കൈയിൽ ചീട്ടിത്തുണി കെട്ടിയ ശീമക്കൊന്നയുടെ കമ്പ് ഇല്ല; ചൂണ്ടു വിരലഗ്രത്തിൽ ചുണ്ണാമ്പില്ല; പൊക്കായിയുടെ മനസിൽ ഈണം തികഞ്ഞ വടക്കൻ പാട്ടിന്റെ ശീലുകളുമില്ല. വർഷങ്ങൾക്കുമുമ്പ് വെങ്ക ല്ലൂരിന്റെ പടിഞ്ഞാറേ ചരിവിൽ പുല്ലുപായിൽ കുഞ്ഞുമ്മാതയെ കഴുത്തറ്റം പുതപ്പിച്ച് കിടത്തിയ കാഴ്ച ഇപ്പോൾ ഗുരിക്കളോർക്കുന്നു.

എന്തും നേരത്തെ അറിയുന്ന പൊക്കായി സ്വന്തം ഭാര്യ മരിച്ചുകിട ന്നത് മാത്രം അറിഞ്ഞില്ല. അവൻ രജിസ്ട്രാഫീസ് മുക്കിലെ പൂത്ത ചെന്ത മരിയുടെ ചോട്ടിൽ പാട്ടുപാടി ചുവട് വയ്ക്കുകയായിരുന്നു. കുമാരന്റെ ചായപീടികയ്ക്ക് മുമ്പിൽ ഗുരിക്കളോടൊപ്പം പൊക്കായി നിന്നു.

"നല്ലെ കഡ്പ്പത്തില് പൊക്കായിക്കൊര് ചായ കൊഡ്ക്ക്; കുമാരാ." ഗുരിക്കൾ പറഞ്ഞു.

കറുപ്പ് രാശി പടർന്ന മരപ്പലകയ്ക്ക് മുകളിൽ കുമാരൻ ചായയടി ച്ചുവച്ചു. പൊക്കായി വെള്ളാപ്പവും കൂട്ടി ചായ കുടിച്ചു.

പൊക്കായി പിന്നെയും ഗുരിക്കളോടൊപ്പം നടന്നു. കുഞ്ഞിമ്മാത യുടെ മരണത്തെത്തുടർന്നും പൊക്കായി ഇതുപോലൊരു അവസ്ഥ കൈക്കൊണ്ടിരുന്നത് ഗുരിക്കൾക്കറിയാം. അന്ന് പൊക്കായി തുരുത്തി മുക്കിൽ നിന്നും നീന്തിയും ചളിയിലൂടെ നടന്നും ഇടയ്ക്കുള്ള നടുത്തു രുത്തിൽ ഏകനായിരുന്നു. അവിടെ പൊക്കായി കാറ്റിനോടും കിളിക

ളോടും ചെറുമരച്ചില്ലയിലെ ചോണനുറുമ്പുകളോടും കുഞ്ഞിമ്മാതയുടെ വിശേഷങ്ങൾ പറഞ്ഞു:

"ഓള് സുന്നര്യേനും
ഓളെ മൊലേമ്മല് മണിനാഗക്കുറീണ്ടേനും
ഓള് ചിരിക്കുമ്പോ മുത്ത് വീണ് ചെതവായ്ര്ന്ന്
ഓള് പാഡ്മ്പോ ഏക്കംകൊര മാറും ബീക്കം മാവേനും
മാരന്ല്ലാ മങ്കക്ക് മാരൻണ്ടാവേനും–"

ഉരുകുന്ന മധ്യാഹ്നത്തിൽ അവൻ വെയിൽനാളം നോക്കിക്കരഞ്ഞു. കരയോരം പാറിവന്ന പരലുകളോട് അവൻ ഏകാന്ത ദു:ഖത്തിന്റെ പൊരുൾ പറഞ്ഞു. അവന്റെ ദു:ഖം ഓളങ്ങളായി പുഴയിൽ നിറഞ്ഞു.

പിറ്റേന്ന് പൊക്കായിയെ കൂട്ടിക്കൊണ്ടു പോകാൻ വന്നവർ അവന് കുപ്പായവും മുണ്ടും കൊടുത്തു. പൊക്കായി കുളിച്ച് കരയോരം കയറി പുതിയ കുപ്പായവും മുണ്ടുമുടുത്തു.

ഗുരിക്കൾ പൊക്കായിയെ നോക്കി.

അവൻ ഗുരിക്കളെ തൊഴുതുനിന്നു. അവന്റെ കണ്ണുകൾ നിറഞ്ഞിരുന്നു.

"ഇഞ്ഞി പൊയക്കല് ചെന്ന് നല്ലോണം ഒന്ന് മുങ്ങിക്കുളിക്ക് പൊക്കായീ."

ഗുരിക്കൾ തുടർന്നു:

"എന്നിറ്റ് ഇന്റെ ആ ശീമക്കൊന്നേന്റെ വടീല്ലേ, അതെഡ്ത്ത് വാ.... എന്നിറ്റ് ഇന്റെ ആ പഴയ പാട്ടില്ലേ...അത് പാഡ്; പൊക്കായി..."

ഗുരിക്കളുടെ ശബ്ദമിടറുന്നത് പൊക്കായി അറിയുന്നു.....

**മ**ഴ പെയ്തുതുടങ്ങി. ഇടവെയിലിന് മുകളിൽ പനിനീർത്തുള്ളി പോലെ വീണുതുടങ്ങിയ മഴയായിരുന്നു; അത് പതുക്കെപ്പതുക്കെ കനം വച്ച് ഇടവപ്പാതയിലെ പതിവു രീതിയിലേക്ക് വളരുകയാണ്.

പുതുമഴയുടെ മേനി നോക്കി ഗുരിക്കൾ കോലായിലിരുന്നു. അപ്പോൾ മഴയുടെ ജാലകത്തിരശ്ശീലയിലൂടെ ആരോ മുടന്തി നടന്നുവരികയാണ്. ഗുരിക്കൾ ശ്രദ്ധാപൂർവം പുറത്തേക്ക് നോക്കി; അയാൾ അൽപ്പസ്വൽപ്പം ബുദ്ധിമുട്ടിയാണെങ്കിലും ഗുരിക്കളുടെ പറമ്പ് കയറി ഇങ്ങോട്ട് വരികയാണ്. ഗുരിക്കൾ കോലായിത്തെമ്പിലേക്ക് നീങ്ങിനിന്ന് നോക്കി; പളനി ശെൽവം.

മഴയിൽ കുതിർന്ന ഒരു ചല്ലിക്കോഴിയെപ്പോലെ തമിഴൻ മുറ്റത്ത് നിന്നു.

"ഇങ്ങോട്ട് മാറിനിന്നോ; മയ കൊള്ളാണ്ട്." ഗുരിക്കൾ പറഞ്ഞു.

തമിഴൻ വിറയാർന്ന കൈകൾ കൂപ്പിപ്പിടിച്ച് ഇറയത്ത് നിന്നു.

"എന്റെ പൊണ്ടാട്ടി പോയാച്ച്."

"പോയോ?"

"ആമാ. അവള് ശത്ത് പോയാച്ച്."

പളനിശെൽവം വാരം കുനിഞ്ഞ് കോലായിത്തെമ്പിലിരുന്നു. അയാളുടെ തലയിലും ഉടുപ്പിലും നിന്ന് മഴവെള്ളം ഉറ്റിയിറങ്ങി. ഉറ്റിയിറങ്ങുന്ന

വെള്ളത്തിലൂടെ തമിഴന്റെ തലയിലെ പേനിറങ്ങി.

"മൂന്ന് നാളാച്ച്. എന്റെ പൊണ്ടാട്ടിയെ കുറിച്ചൊര് തേവയുമില്ലൈ... അഡ്രസ്സേ കെഡയാത്."

ഈ മഹാകുടിയൻ എന്തൊക്കെയാണ് പറയുന്നതെന്നൊര് തിട്ടം വരുത്താനാവാതെ ഗുരിക്കളും ശ്രീധരനും നിന്നു.

അവൻ ഒരിക്കൽ പറഞ്ഞു: അവൾ ചത്തുപോയെന്ന്, പിന്നെ പറയുന്നു മൂന്ന് ദിവസമായി ഒരു വിവരവുമില്ലെന്ന്.

"ഓള് ഏഡപ്പ്പോയീന്നാ? ഊരില് പോയിരിക്കുമാ." ഗുരിക്കൾ ചോദിച്ചു.

ഊരിലേ പോവ്ല്ലാ. അങ്കേ ആരുമേ കെഡയാത്– കൊഞ്ചം നാളാച്ച് ഓൾടെ ഒഡമ്പ് സെരീല്ല. മൂന്നാൾ മുന്നേ പൊറായിക്ക് പറഞ്ഞ് പോയാച്ച്..അത്ക്ക് അപ്പ്റം ഒര് അഡ്രസ്സ് കിഡ്രസ്സേ കെഡയാത്...!ഓള് ശത്ത് പോയാച്ച്...."

തമിഴൻ കൂനിയിരുന്ന് കരഞ്ഞു.

ശ്രീധരൻ അയാൾക്ക് ചൂടുള്ള ചായകൊടുത്തു.

പകലന്തിയോളം പ്ളാസ്റ്റിക്കും പൊട്ടിയ ചെരിപ്പും കമ്പിക്കഷണങ്ങളും പെറുക്കിനടന്ന് പഴംചാക്കിൽ കെട്ടി തലായിലെത്തിച്ച് കിട്ടുന്ന പൈസയ്ക്ക് അന്തിനേരത്ത് ചാരായവും മോന്തി പീടികത്തിണ്ണയിൽ കിടന്ന് പഴയ തമിഴ് പ്രേമഗാനങ്ങൾ പാടുമായിരുന്നു ഈ ശെൽവത്തിന്റെ പൊണ്ടാട്ടി.

തനിമയിലെ ഇനിമൈക്കാണമുടിയുമാ–

നൽ ഇരവിനിലേ..

ഭാര്യയുടെ പഴയ പ്രേമപ്പാട്ട് കേൾക്കുമ്പോൾ ശെൽവത്തിന് അരിശം മൂക്കും.

"ങ്ഫാ..."

അവൾ പാടും.

ആശൈക്കിളി അങ്കേ–

ഓശൈക്കിളി ഇങ്കേ–

പൊണ്ടാട്ടിയുടെ ഉടുവസ്ത്രം മാറികിടക്കുന്ന അസ്ഥാനത്ത് പളനിശെൽവം ആഞ്ഞൊര് ചവിട്ട് കൊടുക്കും. അതോടെ ശെൽവം അടിതെറ്റി വീഴും.

"ഞ്ഞി പോയി കുളിച്ച് വൃത്ത്യായ്റ്റ് വാ; ശെൽവാ." ഗുരിക്കൾ പറഞ്ഞു. "ഓള് ഏഡപ്പ്പോയീന്ന് മ്മക്ക് അന്വേഷിച്ച് കണ്ട് പിഡിക്ക്യാം...എന്നിറ്റും പറ്റില്ല്യേങ്കല് പോലീസിലറിയിക്കാം."

അകത്ത് ചെന്ന് ഗുരിക്കൾ രണ്ട് പത്തുരൂപ നോട്ടെടുത്ത് തമിഴന് കൊടുത്തു. അയാൾ അവ തിരിച്ചും മറിച്ചും നോക്കി മടക്കിപ്പിടിച്ച് മഴയിലൂടെ നൊണ്ടി നൊണ്ടി നടന്നു.

മഴ ശക്തിപ്രാപിച്ചു തുടങ്ങി. മലവെള്ളമിറങ്ങി പുഴ കലങ്ങിയിട്ടുണ്ട്. കലക്കവെള്ളത്തിൽ നടുത്തുരുത്തിലെ കൈതക്കാട്ടിൽത്തങ്ങി പളനിശെൽവത്തിന്റെ പൊണ്ടാട്ടി കിടക്കുന്നു. അവരെയന്വേഷിച്ച് പുഴയോരം

പരതിത്തുഴഞ്ഞ കൊതുമ്പുവള്ളങ്ങൾ ഒന്നൊന്നായി നടുത്തുരുത്തിലേക്കടുത്തു. മൂന്ന് പുഴകളുടെ സംഗമസ്ഥാനത്ത് പടിഞ്ഞാറ് ചെറിയ ഒരു ദ്വീപായി കിടക്കുന്ന വിജനമായ നടുത്തുരുത്തിൽ ആളനക്കം പെരുകുകയാണ്. അവിടെ കൊച്ചുമരച്ചില്ലകളിലെ ചെറുകിളികൾ ഒച്ചവച്ച് മറുകരയ്ക്ക് പറന്നു. പുഴയിലെ ദുർബലങ്ങളായ ഓളങ്ങളിൽ ചെറുതായി ഇളകിക്കൊണ്ടിരുന്ന ശവശരീരം കരയിലോട്ട് കയറ്റാനൊരുങ്ങുന്ന ചെറുപ്പക്കാരോട് ഗുരിക്കൾ പറഞ്ഞു:

"ഇപ്പോ ഒന്നും ചെയ്യണ്ടാ. എല്ലാം പോലീസ് വന്നിറ്റ് മതി."

അപ്പോൾ ഗുരിക്കളിൽ നിന്ന് കിട്ടിയ രണ്ട് പത്തുറുപ്പികകൊണ്ട് കുടിച്ച് പൂസ്സായി പളനിശെൽവം പുതിയങ്ങാടിയിൽ ലക്കില്ലാതെ കിടക്കുകയായിരുന്നു.

പ്രഭാതത്തിൽ പൊക്കായി കുമാരന്റെ ചായപ്പീടികയ്ക്ക് മുമ്പിൽ വന്നുനിന്നു. പീടിക തുറക്കുന്നതേയുള്ളു. കുമാരൻ സമാവറിൽ കരിയിട്ട് വെള്ളം അനത്താനുള്ള പുറപ്പാടിലാണ്.

"ഇതെന്താ ഇങ്ങള് പതിവില്ലാണ്ട്–" പൊക്കായിയെ കണ്ട് കുമാരൻ ചോദിച്ചു.

വെളുപ്പിന് ചാണകം പെറുക്കാൻ ചന്തമ്മനും കൈക്കണ്ടത്തിൽ തെങ്ങ് ചെത്താൻ കുഞ്ഞേ്യക്കനും വരുന്നതേയുള്ളു. പൊക്കായി ഒന്നുമൊന്നും ശ്രദ്ധിക്കാതെ റോഡിൽത്തന്നെ നിന്നു.... പുതിയങ്ങാടിയിലൂടെ കാളവണ്ടികൾ കടന്നുപോയിക്കൊണ്ടിരിക്കുകയാണ്.

കുമാരൻ പൊക്കായിക്കായിട്ട് ഒരു വലിയ ഗ്ലാസ് നിറച്ചും ചായയടിച്ചുവച്ചു. അത് കുടിച്ച് പൊക്കായി പിന്നെയും നിന്നു.

"എന്തേനും–?" കുമാരൻ ചോദിച്ചു.

"എന്റേഡ്ത്ത് തെരിയാമ്പയിശ്ശ്യേല്ലാ."

പൊക്കായിയുടെ ഈ മാറ്റം കുമാരനെ വേദനിപ്പിക്കുന്നപോലെ. അയാൾ പറഞ്ഞു.

"സാരോല്ല. ഇങ്ങള് പോയിക്കോളീം."

എന്നിട്ടും പൊക്കായി നിന്നു. പിന്നെ പൊക്കായി സാവധാനം നടന്നു. നടത്തയിൽ പൊക്കായി കാക്കണ്ണൂരമ്മയെ തൊഴുതു. പൊക്കായി കടവിലേക്ക് നടന്നു. കടവ് തുറന്നിട്ടില്ല. പൊക്കായി കിഴക്കോട്ട് തിരിഞ്ഞു.

നടത്തയിൽ അയാൾക്ക് മുമ്പിൽ ചക്രവാളം വിണ്ടുകീറി. വിണ്ടുകീറിയ വിടവിൽ നിന്നും സൂര്യബിംബമുയർന്നു... ഉയരുന്ന സൂര്യന്റെ ചെപ്പിൽ നിന്നു കുങ്കുമധൂളി തൂവിപ്പറന്നു. അത് പെരിങ്ങത്തൂർപ്പുഴയിലെ ജലമടക്കുകളിൽ വീണു തിളങ്ങി.

അയാൾക്ക് മുകളിൽ കനകമലയിലെ കാക്ക കരഞ്ഞു. പൊക്കായി കാക്കയോട് പറഞ്ഞു.

"ഞാമ്പോവ്വാന്ന്"

"എങ്ങോട്ട്?" കാക്ക ചോദിച്ചു.

പൊക്കായി മറുപടിയൊന്നും പറഞ്ഞില്ല. പകരം പൊക്കായിയുടെ ഉള്ളിൽനിന്ന് ആവിപടരുന്ന ഒരു വിതുമ്പൽ മാത്രം.

**ഉ**ച്ചച്ചോർച്ചയിൽ മഴ മാറിനിന്ന നേരത്ത് പളനിശെൽവം ഗുരിക്കളുടെ വീട്ടുമുറ്റത്ത് പിന്നെയും വന്നുനിന്നു. ഈ നേരത്ത് ശെൽവത്തിനെ കണ്ട് ഗുരിക്കൾ പകച്ചു.

അയാളുടെ ഭാര്യയുടെ മൃതദേഹം പോസ്റ്റുമാർട്ടം കഴിഞ്ഞുവോ; ആവോ? ശെൽവം തലതാഴ്ത്തി മുറ്റത്ത് നിൽക്കുകയാണ്.

“കയ്ഞ്ഞോ?” ഗുരിക്കൾ ചോദിച്ചു.

ശെൽവം മറുപടി പറഞ്ഞില്ല.

ഇന്നലെ വൈകുന്നേരത്തോടെ തമിഴത്തിയുടെ ജീർണിച്ചുതുടങ്ങിയ ശവശരീരം പായിൽപ്പൊതിഞ്ഞ് കൈവണ്ടിയിലാക്കി പോലീസ കമ്പടിയോടെ വടകരയ്ക്ക് കൊണ്ടുപോയതാണ്. രാത്രിയിൽ അത് എവിടെ സൂക്ഷിച്ചുവെന്നൊന്നും ശെൽവത്തിനറിയില്ല. പ്രഭാതത്തിൽ അയാൾ ആസ്പത്രി പരിസരത്ത് പരതിപ്പരതി നടന്നപ്പോൾ ആരോ പറഞ്ഞുവത്രേ..

“പോസ്റ്റുമോർട്ടം കഴിയുമ്പോൾ ഉച്ചകഴിയും.”

അത് കഴിയുമ്പോഴേക്കും ആവശ്യമായ രേഖകളൊപ്പിട്ട് ശവം ഏറ്റുവാങ്ങാൻ ബന്ധുക്കൾ ആശുപത്രിയിൽ ഉണ്ടാവണം.

അത് കേട്ട് ശെൽവം ആശുപത്രി പരിസരം വിട്ടിറങ്ങിയതാണ്... അങ്ങനെയങ്ങനെ ഈ ഉച്ചനേരത്ത് ഇതാ ഗുരിക്കളുടെ വീട്ടുമുറ്റത്തെത്തിയിരിക്കുന്നു.

ശെൽവം പറഞ്ഞു: “നാമ്പോകറേൻ–”

എങ്ങോട്ടെന്ന് ഗുരിക്കൾ ചോദിച്ചില്ല.

“എനക്ക് ഊരും ബന്ധുവും ജനവും ഇല്ലെയ്...നാ മ്പോകറേ...ൻ”

ഗുരിക്കൾ ശെൽവത്തിന് ഒരു പത്തുറുപ്പികകൂടി കൊടുത്തു. അത് വാങ്ങി വണങ്ങി പളനിശെൽവം പറമ്പിറങ്ങി.

പിന്നീട് അവകാശികളില്ലാത്ത തമിഴത്തിയുടെ പ്രേതം മുനിസിപ്പൽ അധികൃതരും പൊലീസും ചേർന്ന് അടക്കം ചെയ്തു.

## 14

## അരണ ബാലൻ എന്ന അവ്വോക്കർ

**അ**രണ ബാലൻ മതംമാറി വന്നിരിക്കുന്നു.

അവൻ പൊന്നാനിയിൽചെന്ന് മൊട്ടയടിച്ച് ‘അവ്വോക്കർ’ എന്ന പേര് സ്വീകരിച്ചെന്നും അതല്ല, അവൻ വെറുതെ മൊട്ടയുമടിച്ച് പേര് അവ്വോ

ക്കറാണെന്നും പറഞ്ഞ് പുതിയങ്ങാടിയിലിറങ്ങിയതാണെന്നും പറയുന്നു. സത്യമെന്തായാലും അരണ ബാലൻ അവ്വോക്കറായിരിക്കുന്നു. അവ്വോക്കർ അങ്ങാടിയിലിറങ്ങിയിരിക്കുന്നു.

അവൻ രാപ്പകലില്ലാതെ നെറ്റി നിലത്തുകുത്തി നിസ്കാരത്തഴമ്പ് വരുത്തിയതാണെന്നും അവന്റെ കൈയിലെ ജപമാല ഏതോ മുസ്ലിയാരുടെ വീട്ടിൽനിന്ന് അടിച്ചു മാറ്റിയതാണെന്നും അവനിപ്പോഴും കളിയാംവള്ളി അമ്പലത്തിന് മുമ്പിലെത്തുമ്പോൾ കൈകൂപ്പി ഒരുനിമിഷം കണ്ണടച്ച് നിൽക്കാറുണ്ടെന്നും....

അങ്ങനെ അരണ ബാലന്റെ പുതിയ അവതാരത്തെക്കുറിച്ച് കഥകൾ പ്രചരിച്ചുകൊണ്ടിരിക്കെ കലന്തൻ മാപ്പിള പുതിയങ്ങാടിയിൽ ബസ്സിറങ്ങി. മാപ്പിളയെ സഹായിക്കാൻ ഒരു മധ്യവയസ്കൻ കൂടെയുണ്ടായിരുന്നു.

മീൻചാപ്പമുക്കിൽ ബസ്സിറങ്ങിയ മാപ്പിള പഴയ ഒരു സി എഛ് ചുരുട്ടിന്റെ കുറ്റി കത്തിച്ച് പുകയൂതി നിവർന്നു.

പൊങ്ങച്ചത്തിൽ അത്തറും മണപ്പിച്ച് പുത്തൻ കാറിൽ മക്കളുടെ അകമ്പടിയോടെ സമീപകാലത്ത് പുതിയങ്ങാടിയിലിറങ്ങിയ ഈ കലന്തൻ മാപ്പിളയ്ക്ക് ഇങ്ങനെയൊരവസ്ഥ വരാനുണ്ടായ കാരണമന്വേഷിച്ച കുഞ്ഞ്യേക്കനോട് മാപ്പിള പറഞ്ഞു:

“മക്കള് രണ്ടാളും ബിമാനം കാരിപ്പോയി... പോലീസ് എല്ലാ നേരോം പൊരേല് മന്ന് തോന്ന്യാസം പറഞ്ഞ് പോവ്വാന്തൊടങ്ങി. ബേങ്ക്ന്ന് പൈശ്യെഡ്ക്കറ്ന്ന് പറഞ്ഞി. കാറിന്റെ താക്കോല് മാങ്ങി കടലാസ്പ്പൊതിഞ്ഞ് കെട്ടിക്കൊണ്ടോയ്... ഞമ്മക്കും ജീവിക്കണ്ടെ, മക്കളേ....! എന്നാല് അ അരണബാലനക്കണ്ട് പയ്യേ പൈശ്ശ ക്ട്ടോന്ന് നോക്കട്ടേംന്ന് ബിജാരിച്ച് മന്നതാ.

ഓനങ്ങാഡീലും പൊരേലും എല്ലായ്റ്റ് നഡക്ക്ന്ന്ണ്ട്ന്ന് കേട്ട്...”

കുഞ്ഞ്യേക്കൻ തലതാഴ്ത്തി നിന്നു; കേട്ടുനിന്നവരും തലതാഴ്ത്തി. അതിനിടയിൽ ചന്തമ്മൻ പറഞ്ഞു:

“ഇദെല്ലം അയ്യന്ത്രുമ്മാന്റെ കമ്പിന്യാ–”

കലന്തൻ മാപ്പിള കഴുത്ത് ചരിച്ച് ചന്തമ്മനെ നോക്കി. എന്നിട്ട് ചോദിച്ചു :

“അന്തുറുമ്മായെ കുറ്റം ചെയ്തേന് ഞമ്മളെ മക്കളെന്ത് പെയച്ച്?

ഇദെല്ലാം ഇപ്പുത്ത്യെ സർക്കാര് മന്നത്കൊണ്ട് പറ്റ്യതാ... അല്ലാണ്ട് ഒര് കൊയപ്പോ–ല്ലാഞ്ഞി.”

കുഞ്ഞ്യേക്കനും ചന്തമ്മനുമെല്ലാം പിരിഞ്ഞുപോയി.

കലന്തൻ മാപ്പിള സഹായിയുടെ കൈപിടിച്ച് ചുറ്റും നോക്കി.

“അയ്യറാമ്പറന്നെ അരണബാലെം ഇബ്ഡ്യെങ്ങാനും.. ഉ്ണ്ടോളീ–”

അപ്പോൾ വെങ്കല്ലൂർ മൊട്ടക്കുന്നിൽ കയറിനിന്ന് നേരംകെട്ട നേരത്ത് അരണബാലൻ ഉച്ചത്തിൽ ബാങ്ക് വിളിച്ചു.

‘അല്ലാഹു അക്ബറ്... അള്ളാഹു അക്ബറ്... ലാഹില്ലാഹ...’

മലവെള്ളത്തിൽ കലങ്ങി നിറംകെട്ട പുഴയോരത്ത് ആണ്ടിപ്പണിക്കർ നിന്നു. അയാൾ ഏറെ തളർന്ന് അവശനായിരിക്കുന്നു.

മറുകരയിൽ പണിക്കരെ കണ്ട് ശ്രീധരൻ കടത്തുതോണിയുമായി ചെന്നു. തോണി കരയോരം കയറ്റി നർത്തി–

"എന്ത് പറ്റി?"

"ഒര് പനി. വ്ട്ട് മാറാത്ത പനി."

പണിക്കരുടെ കൈകാലുകൾ വിറയ്ക്കുന്നുണ്ട്.

"കൊറച്ച് ദെവസായി. ഒര് ചെറ്യേ ജലദോഷത്തില് തൊഡങ്ങ്യതാ–"

"ഡോക്ടറെ കാണിച്ചോ."

"ഇല്ല, മോനേ. നേരെ നാട് പിഡിക്ക്ന്നതാ നല്ലത്ന്ന് തോന്നി."

ശ്രീധരൻ പണിക്കരുടെ മാറാപ്പും കുടയും തോണിപ്പടിയിൽവച്ചു. പിന്നെ വെള്ളത്തിൽ അധികം ഇറക്കാതെ താങ്ങി തോണിയിൽ കയറ്റി.

"പോയിറ്റ് ഇപ്പോ പത്ത് പന്ത്രണ്ട് ദിവസേല്ലേ, ആയ്ക്ക്ള്ളൂ."

"ങ്ഉം." പണിക്കർ ദുർബലമായി മൂളി. "വെറ്ത്യായിപ്പോയി ശ്രീദരാ. ഒന്നും തരപ്പെട്ടില്ല."

തോണി മറുകരയിലേക്ക് നീങ്ങി.

പത്തുനാളിലെ അലച്ചിലിന്റെയും ദുരിതത്തിന്റെയും പ്രതിഫലം തൂങ്ങുന്ന ശുഷ്കമായ മാറാപ്പ് തൂക്കിപ്പിടിച്ച് പണിക്കർ കരയിലിറങ്ങിനിന്നു.

ശ്രീധരൻ പറഞ്ഞു: "ഇങ്ങളിര്ന്നോളീം. അപ്പളത്തേക്ക് ആരെങ്കിലും വെരും."

"വേണ്ട ശ്രീദരാ. ഞാന്നടന്നോളാം."

പണിക്കർ കുടനിവർത്തിപ്പിടിച്ച് പതുക്കെ നടന്നു...

"എന്താ സുകോല്ലേ?" പടവുകളിൽ കൈവച്ച് താങ്ങിയും മുക്കിയും പണിക്കർ കോണി കയറിവരുന്നത് കണ്ട് മലയി മുറ്റമിറങ്ങിച്ചെന്നു.

പണിക്കർ മലയിയുടെ തോളിൽ കൈതാങ്ങി. പണിക്കരുടെ കൈത്തലത്തിൽ നല്ല ചൂടുണ്ട്. പണിക്കർ പതുക്കെ കോലായിത്തെമ്പിലിരുന്നു. മലയി ധൃതിയിൽ അകത്ത് വിരിച്ചുവച്ചു. പിന്നെ കുരുമുളകും തുളസിയും വെല്ലവും ചുക്കും ചേർത്ത് കടുപ്പത്തിൽ കടുംകാപ്പി തിളപ്പിച്ചു.

പൊള്ളുന്ന കാപ്പി കുടിച്ച് പണിക്കർ വിയർത്തു.

"നല്ലോണം പൊതച്ച് കെടന്നോളീം." മലയി കമ്പിളി വലിച്ച് പണിക്കരെ കഴുത്തറ്റം പുതപ്പിച്ചു.

"വെറ്ത്യായിപ്പോയ–മ്മാളൂ." പണിക്കർ പറഞ്ഞു.

"മലേന്റെ മന്ത്രോം പാട്ടും മാലോകർക്ക് വേണ്ടാണ്ടായ്രിക്ക്ന്ന്– മലമ്പ്രദേശത്ത് മുട്ടിന് മുട്ടിന് ഡോക്ടറമ്മാറും ആസ്പത്രീയും– മലേന്റെ ജീവിതം വഴിമുട്ടിപ്പോവോല്ലോ– മ്മാളൂ." പണിക്കർ കട്ടിലിൽ ചരിഞ്ഞു കിടന്നു.

ജീവസന്ധാരണത്തിനുള്ള പാരമ്പര്യാധിഷ്ഠിത വഴികളിൽ മലയന് വെല്ലുവിളികൾ വർധിച്ചുകൊണ്ടിരുന്നത് സമീപകാലത്താണ്. മലയന്റെ

ചൊട്ടുചികിത്സകളിലും മന്ത്ര തന്ത്രങ്ങളിലുമെല്ലാം ആൾക്കാർക്ക് വിശ്വാസം കുറഞ്ഞു. പകരം ചെറിയ ചെറിയ അസുഖങ്ങൾക്കുപോലും അവർ വലിയ വലിയ ഡോക്ടർമാരെ അന്വേഷിച്ചു പോകുന്നു.

ചെണ്ടമേളത്തിന് വിദഗ്ധന്മാരായ പരദേശികൾ വന്നു. തെയ്യം തിറകൾ ഉത്സവപ്പറമ്പുകളിലെ നേരംപോക്കുകളായി. ഓലക്കാൽ കുടയൊന്ന് തരപ്പെടുത്താൻ കഴിഞ്ഞാൽ ആർക്കും മഹാബലിയുടെ വേഷംകെട്ടി ഓണപ്പൊട്ടനാവാം. പിന്നെ വീടുവീടാന്തരം കയറി പണമുണ്ടാക്കാം. ജന്മനിയോഗങ്ങളായി കണക്കാക്കിയിരുന്ന-വ്രതാനുഷ്ഠാനങ്ങളുമായി ദൈവത്തിന്റെ പ്രതിപുരുഷനായി അംഗീകരിക്കപ്പെട്ടിരുന്ന മലയൻ അപമാനിതനാക്കപ്പെടുന്നു.

അവന്റെ നിയോഗങ്ങൾ അപഹരിക്കപ്പെട്ടുകൊണ്ടേയിരിക്കുന്നു.

ആണ്ടിപ്പണിക്കർ നെടുവീർപ്പിട്ടു.

പണ്ട് വെള്ളക്കാരന്റെ പട്ടാളത്തിൽ ചേർന്ന ഒരു മുത്തച്ഛന്റെ കഥ അയാൾ ഓർക്കുകയാണ്.

ഏതോ യുദ്ധത്തിന്റെ കാലം.

നാട്ടിൽ ആരോടും പറയാതെയായിരുന്നുവത്രേ മുത്തച്ഛൻ പട്ടാളത്തിൽ ചേർന്നത്.

മലയൻ പണിക്കർ പട്ടാളത്തിൽ ചേർന്നാൽ അവന്റെ കുലത്തൊഴിൽ പിന്നെ ആരു ചെയ്യും എന്ന് പഴമക്കാർ ചോദിച്ചു. അവർ സമുദായത്തിന് ഭവിക്കുന്ന ശാപത്തെക്കുറിച്ചോർത്ത് തപിച്ചു.

പിറ്റേക്കൊല്ലം കാക്കണ്ണൂരമ്പലത്തിലെ തിറയുടെ കാലത്ത് പട്ടാളക്കാരൻ നാട്ടിൽ വന്നു. അമ്പലനടയ്ക്കൽ മുത്തപ്പൻ ദൈവവും ഗുളികനും തിറയാടിത്തിമിർക്കുന്നനേരം അവിടെ കാൽശരായിയും പാപ്പാസുമിട്ട് പട്ടാളക്കാരൻ തിറ നോക്കിനിന്നു. അയാളുടെ കൈയിൽ വെളുത്ത സിഗരറ്റ് പുകഞ്ഞുകൊണ്ടിരുന്നു. പട്ടാളക്കാരനോട് അമ്പലത്തിലെ മര്യാദകൾ പറയാൻ ആർക്കും ധൈര്യമുണ്ടായിരുന്നില്ല.

തിറ കാണാൻ നിന്നവർ പട്ടാളക്കാരന് വഴിയൊഴിഞ്ഞു കൊടുത്തു. അപ്പോൾ ഗുളികൻ പട്ടാളക്കാരന്റെ കൈപിടിച്ചു. കാൽച്ചിലമ്പും കങ്കണവും കിലുക്കി ആകാശം മുട്ടുന്ന മുടിയിളക്കി ഗുളികൻ പട്ടാളക്കാരന്റെ കൈവിടാതെ തലങ്ങും വിലങ്ങും പാഞ്ഞു.

ഗുളികൻ പറഞ്ഞു:

"അനിഷ്ടമായ കാര്യങ്ങൾ ചെയ്യുന്നത് നാമറിയുന്നുണ്ട്... അനുഭവിക്കും-ങ്ആ" പട്ടാളക്കാരന്റെ കൈയെറിഞ്ഞ് തെയ്യം അലറി; അട്ടഹസിച്ചു; മുടിതാങ്ങി കുനിഞ്ഞ് ഫൂൽക്കരിച്ച് നിവർന്നു. കാക്കണ്ണൂരിൽ കതിനകൾ പൊട്ടി.

പിറ്റേന്ന് പട്ടാളക്കാരന് കമ്പി വന്നു.

കമ്പി കൈപ്പറ്റിയ പട്ടാളക്കാരൻ കരച്ചിലടക്കി വണ്ടികയറി.

വണ്ടിയിറങ്ങിയെത്തിയ പട്ടാളക്കാരനെ കൈയോടെ അതിർത്തിയിലേക്ക് വിട്ടുവത്രേ. പിന്നെയുള്ളത് കേട്ടുകേൾവിയായിരുന്നു.

പത്താംദിവസം വീട്ടുപടിക്കൽ കൊണ്ടുവച്ച പെട്ടി കൈയോടെ തിരിച്ചയച്ചു മുതുമുത്തച്ഛൻ– മുതുമുത്തച്ഛന് ഇനിയുമൊരു ശാപം തലയിലേറ്റാൻ വയ്യായിരുന്നു.

സന്ധ്യാവിളക്ക് കൊളുത്തുന്ന കമ്പിയിൽ തല കീഴായിനിന്ന് പല്ലി കരഞ്ഞു.

മാറിൽ കത്തുകൾ ചേർത്തുപിടിച്ച് പോസ്റ്റുമാൻ ചന്തുനായർ പറമ്പു കയറി. വെള്ളില പൂത്തുനിൽക്കുന്ന ഇടവഴി നടന്ന് ഗുരിക്കളും വീട്ടിലേക്ക് വരികയായിരുന്നു. ചന്തുനായർ വരുന്നത് കണ്ട് ഗുരിക്കൾ ധൃതിപിടിച്ച് മുറ്റത്തേക്ക് ചെന്നു. ഗുരിക്കളുടെ കൈയിലേക്ക് ചന്തുനായർ ശ്രീധരന്റെ നിയമന ഉത്തരവ് നീട്ടി. ഗുരിക്കൾ പെട്ടെന്ന് ഉടുമുണ്ടിന്റെ മടിക്കുത്തഴിച്ച് താഴ്ത്തി. പിന്നെ തോളിലെ തോർത്തുമുണ്ടിൽ കൈ തുടച്ചു...

അങ്ങനെ ഭവ്യതയോടെ മകനുള്ള ഉത്തരവ് കൈപ്പറ്റി.

"ഓൻ കടോത്ത് ഇരിക്ക്വാ." ഗുരിക്കൾ പറഞ്ഞു.

"സാരോല്ല– അല്ലെങ്ക്‌ലും ഗുരിക്കൾക്ക് തെന്നല്യേ ഇത് കൈപ്പറ്റ്വാന് ള്ളെ അർഹത"

അത് കേട്ട് ഗുരിക്കളുടെ കണ്ണു നിറഞ്ഞു.

ഗുരിക്കൾ ചോലവീണ പറമ്പിന്റെ തെക്കേ കണ്ടത്തിലേക്ക് നോക്കി. അവിടെ പുത്രവാത്സല്യംപോലെ തണുത്ത കാറ്റ് വീശുന്നുണ്ട്.

ഗുരിക്കൾ പറഞ്ഞു.

"ഇതൊന്നും കാണ്വായെ ഓളില്ലാണ്ടായിപ്പ്യോയല്ലോ–ന്ന്ള്ളെ ഒര് ദുഃഖേള്ളൂ."

ചന്തുനായർ എഴുന്നേറ്റു.

ഗുരിക്കൾ പോസ്റ്റുമാനെ തടഞ്ഞ് ധൃതിയിൽ അകത്തേക്ക് കയറി.

"ഒന്നും വേണ്ടാ ഗുരിക്കളേ; ഞാമ്പോവ്വാ."

"അങ്ങനെ പറേറ്റ്.. ഒര് ഗ്ലാസ് ചായ കുടിക്കണം... അതെന്റ്യാര് സന്തോഷാ."

ചന്തുനായർ ഇരുന്നു. ഗുരിക്കൾ പത്രമെടുത്ത് പോസ്റ്റുമാന് കൊടുത്തു– അയാൾക്ക് മുമ്പിൽ തിളയ്ക്കുന്ന ചായയും നേന്ത്രപ്പഴവുംവച്ച് ഗുരിക്കൾ മാറിനിന്നു.

"ഈ പോസ്റ്റ്മാന്റെ ജോലി വെലീയ്യെ അലച്ചല്ള്ളെ പണിയാ–ഗുരിക്കളേ. പിന്ന്യെന്താച്ചാല് ഇത്പോലത്തെ കാര്യങ്ങള് നിർവഹിച്ച് കഴീമ്പോ ഒര് സന്തോഷോണ്ട്. അത് തെന്ന്യാ പ്രദാനം..."

പോസ്റ്റുമാൻ ചായ ഊതിയൂതിക്കുടിച്ചു. എന്നിട്ട് തുടർന്നു:

"ഈ കൈകൊണ്ട് ഓഡറ് വാങ്ങ്യെ എത്തര്യോ ആൾക്കാറീപ്പ്വോ താസിൽദാറും കലക്ടറും–ക്ക്യയായിറ്റ് പല ഉന്നത പദവീല്ണ്ട്. അത് കൊണ്ടെന്താ; ഏഡച്ചെന്നാലും പോസ്റ്റ്മേന് ഒര് സ്ഥാനോ–ണ്ട്."

സ്വപ്നങ്ങളും പ്രതീക്ഷകളും സാക്ഷാൽക്കാരങ്ങളും നെടുവീർപ്പടക്കി കൂടികൊള്ളുന്ന കത്തുകൾ നെഞ്ചോട് ചേർത്തുപിടിച്ച് പരുക്കൻ കാക്കി

സഞ്ചിയിൽ കനംതൂങ്ങുന്ന പോസ്റ്റൽ ഉരുപ്പടികളുമായി പോസ്റ്റുമാൻ ചന്തുനായർ മുറ്റമിറങ്ങി; പറമ്പിറങ്ങി നടന്നുപോകുന്നത് ഗുരിക്കൾ ആദരവോടെ നോക്കിനിന്നു. അപ്പോൾ ഗുരിക്കളുടെ കോലായിൽ ആശ്വാസം പോലൊര് തണുത്ത കാറ്റ്.

കടവിൽച്ചെന്ന് ശ്രീധരനെയും കണ്ട് ഗുരിക്കൾ പണിക്കരുടെ വീട്ടിലേക്ക് നടന്നു. പാറമട കയറുമ്പോൾ പതിവില്ലാത്ത ഒരു കിതപ്പ്. കിതപ്പ് കഠിനമായപ്പോൾ ഗുരിക്കൾ നിവർന്നൊന്ന് നിൽക്കാൻ ശ്രമിച്ചു. അപ്പോൾ നാഡിഞരമ്പുകളാകെ കുരുങ്ങി വലിയുന്നത് പോലെ.

ഗുരിക്കൾ പതുക്കെ പാറപ്പുറത്തിരുന്നു.

അൽപ്പനേരം അങ്ങനെ ഇരുന്നുകഴിഞ്ഞപ്പോൾ ആശ്വാസം തോന്നി. പിന്നെ ഒന്നുരണ്ടു തവണ ശ്വാസം നീട്ടിവലിച്ചു വിട്ടു.

അപ്പോൾ പാറക്കെട്ട് കയറി പണിക്കർ വരുന്നകണ്ടു. അപ്രതീക്ഷിതമായി ഗുരിക്കളെ കണ്ട് പണിക്കർ അമ്പരന്നു.

"ശ്രീധരന് നിയമനം വന്നൂന്ന് കേട്ട്... ഞാനങ്ങോട്ട് എറങ്ങ്യതായ്രുന്നു." പണിക്കർ പറഞ്ഞു. "എന്താ ഒര് സുകോല്ലാത്തെ പോലെ."

"ഒന്നൂല്ലാ– ഒര് കെതപ്പ്....

അതൊന്ന് ശമിക്കട്ടേന്ന്വെച്ച് കുറച്ച്നേരം ഇവ്ടെ ഇര്ന്നതാ."

ഗുരിക്കൾ നിർത്തിനിർത്തി പറഞ്ഞു.

"സൂക്ഷിക്കണം. പ്രായം കൂടിവരല്ലേ.... കെതപ്പും വാതസംബന്ധമായ രോഗങ്ങളും ഒക്കെ വെരും."

പണിക്കർ ഗുരിക്കളുടെ പുറം തടവിക്കൊടുത്തു.

"ഇപ്പോ നല്ല കൊറവ്ണ്ട്. മ്മക്ക് നഡക്കാം."

"എന്തിനാ ഇപ്പോ ഈ പാറകയറി ഇങ്ങോട്ട് പോന്നത്." പണിക്കർ ഗുരിക്കളെ ഗുണദോഷിക്കുകയാണ്. "ഞാനങ്ങോട്ട് വെരല്ലായ്ര്ന്നോ."

ഗുരിക്കൾ ചിരിച്ചു; എന്നിട്ട് പറഞ്ഞു.

"ഇന്നലേ വെരണംന്ന് വിജാരിച്ചതാ. പണിക്കറ് സുകോല്ലാണ്ട് പനിച്ച് തിരിച്ച് പോന്നൂന്ന് മോമ്പറഞ്ഞി... എന്താസ്ഥിതീന്നറ്യണേ ല്ലോ... അപ്പള്ണ്ട് ഇന്ന് ഓന്ള്ളെ ഓഡറും വന്നിരിക്ക്ന്ന്. പിന്നെ വിജാരിച്ച് എനി താമസിക്കണ്ടാ–ന്ന്."

ഗുരിക്കളും പണിക്കറും പാറയിറങ്ങി. ഇടവഴികടന്ന് വയലിലേക്കിറങ്ങവേ ഗുരിക്കൾ പറഞ്ഞു:

"പണിക്കറോട് ഒര് കാര്യം സംസാരിക്കണോം– ന്ന് ണ്ടാര്ന്നൂ."

ഗുരിക്കൾ പറഞ്ഞുവരുന്നതെന്താണെന്നറിയാൻ പണിക്കർ കാതു കൂർപ്പിച്ചുനിന്നു.

"അതായത്; അക്കരെ ഇങ്ങളെ പെങ്ങടെ പൊരേന്റപ്പറത്ത്ഒര് റിട്ടയേഡ് ഏ ഈ ഓ–ണ്ട്. ഓറക്കൊര് മോള്ണ്ട്ന്ന് കേട്ടിറ്റ്ണ്ട്. നല്ലെ കുട്ട്യാ –ന്നാ പറേന്ന്...!"

"അയിനെന്താ; മ്മക്കദ് അന്വേഷിക്കാലോ." പണിക്കർ പറഞ്ഞു.

ശ്രീദരന് എനി എന്നാന്ന് വെച്ചാല് പണിക്ക് ചേരാലോ.. പിന്ന കോയിക്കോട്ടായത്കൊണ്ട് ദിവസോം പോയിവെരേ-ണ്ടെയ്യാ."

ഗുരിക്കൾ അല്പനേരം നിർത്തി കിതപ്പ്മാറ്റി. എന്നിട്ട് തുടരുകയാണ്: "ഓനിപ്പോ മുപ്പത് നഡപ്പാ. കർക്കടകത്തില് മുപ്പത്തൊന്നാവും."

"മേണ്ട; മേണ്ട. മുപ്പതിലെഡക്ക് കല്യാണോം ഉച്ചേലെഡക്ക് ഊണും-ന്നാ. മ്മക്ക് അന്വേഷിക്കാം- ഗുരിക്കളേ.''

കാക്കണ്ണൂരേക്കുള്ള വഴിയിൽ ഇരുവരും പിരിഞ്ഞു.

തിരിച്ചവിടുന്നങ്ങോട്ട് പുതിയങ്ങാടിയിലേക്കുള്ള വഴിയിലൂടെ നടക്കവേ പണിക്കർ കണക്കുകൂട്ടി.

രാജീവന് കുംഭത്തിൽ മുപ്പത്.

ശ്രീദേവിക്കാണെങ്കിൽ ഇരുപത്തിയൊന്ന് തുടങ്ങിയിട്ടേ-യുള്ളൂ.

അവൾക്ക് ഇനിയും മൂന്നുകൊല്ലത്തെ പഠിപ്പ്.

അപ്പോഴേക്കും അവൾക്ക് വയസ്സ് ഇരുപത്തിനാല്. രാജീവന് മുപ്പത്തിമൂന്നാവും.

പണിക്കർ തോർത്ത് നിവർത്ത് നെറ്റിയും നെഞ്ചും തുടച്ചു.

# 15

# ഒറ്റക്കിളിയുടെ നിഴൽ

**നി**റഞ്ഞ വയലും തളിർത്തുലഞ്ഞ മരച്ചാർത്തും തഴുകിവന്ന മഴക്കാറ്റ് രജിസ്ട്രേറാഫീസ് മുക്കിലെ ചെന്തമരിയിൽ വലംവച്ചു. ചീട്ടിത്തുണികെട്ടിയ ശീമക്കൊന്നയുടെ കമ്പുംപിടിച്ച്, ചൂണ്ടുവിരലിൽ ചുണ്ണാമ്പുകറയുമായി ഇവിടെ പതിവായി കാണാറുള്ള പൊക്കായിയെവിടെ? കാറ്റ് മരച്ചില്ലയോട് ചോദിച്ചു. മരച്ചില്ലയിളകി. ഇളകിയ ചില്ലയിൽനിന്ന് പഴുത്ത ചെന്തമരിയിലകൾ അടർന്നുവീണു.

ഈ ചെന്തമരിയിലകൾ വച്ചായിരുന്നു പൊക്കായി വലംകാലിലെ മാറാവ്രണം പൊതിഞ്ഞുവെച്ചത്. പൊക്കായിയെക്കുറിച്ചോർത്തുകൊണ്ട് പണിക്കർ ഗുരിക്കളോടൊപ്പം ബസ്സ് കാത്തുനിന്നു. രാവിലെ ശ്രീധരൻ ജോലിക്ക് ചേരാൻ കോഴിക്കോട്ടേക്ക് പുറപ്പെടുകയാണ്. അതുവഴി ശ്രീദേവിയെ കോഴിക്കോട് റെയിൽവെ സ്റ്റേഷനിൽനിന്ന് തിരുവനന്തപുരത്തേക്കുള്ള തീവണ്ടി കയറ്റുകയും വേണം. കോഴിക്കോട്ട് അവളോടൊപ്പം പഠിക്കുന്ന കൊയിലാണ്ടിക്കാരിയായ കൂട്ടുകാരി കാത്തുനിൽക്കും. അങ്ങനെയാവുമ്പോൾ അവർക്ക് സന്ധ്യയോടെ തിരുവനന്തപുരത്തെത്താമത്രേ. കൂട്ടിന് കോഴിക്കോട്ടേക്ക് രാജീവനുമുണ്ട്. എല്ലാംകഴിഞ്ഞ് രാജീവൻ ഏകനായി തിരിച്ചുവരണം.

"സാരോല്ല. എനക്കെന്താ കോഴിക്കോട്ട്ന്ന് ഒറ്റക്ക് വെര്ന്നേന്." രാജീവൻ പറഞ്ഞു.

ഒന്തമിറങ്ങി തലായിവഴി ട്രാൻസ്ഫോർമർ സ്റ്റോപ്പും കടന്ന് ബസ് രജിസ്ട്രോഫീസിന് മുൻപിൽ നിന്നു. ശ്രീധരനും രാജീവനും ശ്രീദേവിയും ബസ് കയറി. ബസ്സിന്റെ നനഞ്ഞ ടാർപോളിൻ പൊക്കി ശ്രീദേവി അച്ഛനെ നോക്കി കൈ പുറത്തിട്ട് വീശി. അതുകണ്ട് പണിക്കർ കാറ്റിൽ കൈയുയർത്തി, ആഞ്ഞാഞ്ഞു വീശി. ബസ് മീൻചാപ്പമുക്കുവഴി വളഞ്ഞ് അപ്രത്യക്ഷമായി. പൊടുന്നനെ പണിക്കർ പൊട്ടിക്കരഞ്ഞു.

"ശ്ശെ... ന്തായിത്; പണിക്കറേ." ഗുരിക്കൾ സമാധാനിപ്പിച്ചു.

"എനക്ക്... എനക്ക് ചിന്തിക്ക്വാനാവ്ന്നില്ല; ഗുരിക്കളേ...! എന്റെ മോള്... എന്റെ മോള്... ഓളെ ഇനി എപ്പളാ ഞാങ്കാണ്വാ." പണിക്കർ വായപൊത്തിക്കരഞ്ഞു.

ആറ്റുവെള്ളത്തിൽ ഒറ്റക്കിളിയുടെ നിഴൽ അകലുന്നതുനോക്കി രാജീവൻ കടത്തുതോണിയിൽ മുഖം കുനിച്ചിരുന്നു. അപരിചിതനായ ഏതോ വൃദ്ധനായ മനുഷ്യനാണ് കടത്തുകാരൻ. ഇയാൾക്ക് പെരിങ്ങത്തൂരിൽ ദീർഘകാലം ചങ്ങാടം കുത്തിയ പരിചയമുണ്ടത്രേ. ഇനി ശ്രീധരന്റെ അഭാവത്തിൽ, ഒരുപക്ഷേ, ഈ വൃദ്ധനായിരിക്കാം കടത്തുകാരൻ എന്ന് രാജീവൻ വെറുതെ നിരൂപിച്ചു. പാലം വരുന്നമുറയ്ക്ക് വൃദ്ധനോടൊപ്പം ഈ കടവും അപ്രസക്തമായേക്കാം. പിന്നെ മണൽ വാരാനുള്ള തോണികളും കുറേ ലോറികളുമായി തുരുത്തിമുക്കിലെ ഈ ചിരപുരാതനമായ കടവ് കാലത്തെ അതിജീവിക്കാനുള്ള പുതിയ മുഖാവരണവുമായി....

കരയോരത്തെ വൃക്ഷത്തലപ്പുകൾ കനകമലയുടെ നിഴൽപോലെ തലകീഴായി വെള്ളത്തിൽ തുടിക്കുന്നതും നോക്കി രാജീവൻ ചരിഞ്ഞിരുന്നു.

"ആരെങ്കിലുകൂടി ബെര്വോന്നോക്ക്വാ."

"ഓ–" രാജീവൻ സമ്മതം മൂളി. 'എനക്കൊര് തെരക്കൂല്ലാ.എപ്പേങ്കിലും അക്കരെക്കെത്ത്യാ മയി."

തിരക്കുകൾ അവസാനിച്ചിരിക്കുന്നു. കാണാനും എപ്പോഴും കണ്ടുകൊണ്ടിരിക്കാനും താൽപ്പര്യമുള്ളവർ വണ്ടികയറിക്കഴിഞ്ഞു. അവളിപ്പോൾ തിരുവനന്തപുരത്ത് വണ്ടിയിറങ്ങിയിട്ടുണ്ടാവും. ശ്രീധരനും മടക്കയാത്രയിലാവാം. രാജീവൻ കടത്തുകാരനെ നോക്കി. അയാൾ രാജീവനെ നോക്കി ചിരിക്കുകയാണ്. അയാൾ ചിരിക്കുമ്പോൾ ചുണ്ടുകൾ വക്രിച്ച് നിയന്ത്രണം വിട്ട് താഴുന്നതുപോലെ.

ആകാശം അന്തിക്കറുപ്പിന്റെ നിറപ്പകർച്ച ഏറ്റുവാങ്ങിക്കഴിഞ്ഞു. വൃക്ഷത്തലപ്പുകളുടെ നിഴൽക്കൂമ്പാരത്തിലേക്ക് ഒറ്റക്കിളിയുടെ നിഴലും മറയുന്നു.

പണ്ട്, മുത്തശ്ശി കനകമലയിലെ കാക്കയെക്കുറിച്ച് പറയുമായിരുന്നു. എണ്ണമറ്റ കാക്കകൾ കനകമലയിൽ ചേക്കേറുന്നതിൽ ഒരെണ്ണം ഏകനായി പ്രഭാതത്തിൽ കാക്കണ്ണൂരിലേക്ക് പറന്നെത്തുമായിരുന്നുവത്രേ. അതിന് തൂവലുകളിൽ എണ്ണക്കറുപ്പിന്റെ വിശേഷമായ തിളക്കമുണ്ടായിരുന്നുപോലും. കാക്ക വരുന്ന ദിവസം ദേവിക്കറിയാമായിരുന്നു. അതറിയുന്ന നാ

ഗത്താന്മാർ കാക്കയെ സ്വീകരിക്കാൻ കാഞ്ഞിരമരത്തിൽ കാത്തുകിടക്കും. ആൽമരത്തിൽ കാറ്റ് കനംതൂങ്ങിയാടും. ആലിലകളിൽ ദേവഗണങ്ങൾ ഉണർവ് പകരും. മുത്തശ്ശിയുടെ കഥ കേൾക്കാൻ പതിവുപോലെ ശ്രീ ദേവിയുമുണ്ടാകുമായിരുന്നു. "കാക്ക വരുന്നത് എന്തിനാന്നറിയോ കുട്ട്യേൾക്ക്?" മുത്തശ്ശി ചോദിക്കും.

"ഇല്ല."

കാക്ക വരുന്നത് ദേവിയുടെ മൂക്കുത്തിയുമായിട്ടാണെന്ന് മുത്തശ്ശി. കാക്ക വരുമ്പോൾ മൂക്കുത്തിയിലെ വൈരക്കല്ല് പ്രഭ ചൊരിയും. അത് കാണുമ്പോൾ ദേവിക്ക് സന്തോഷാവും. ദേവി സന്തോഷിച്ചാൽ നാടിന് യശസ്സ് വരും. ഒഴിയാബാധകൾ അകന്നുപോകും. ഉണക്കമരം തളിർക്കും. വയലിൽ വിത്തുകൾ വിളയും. നാട്ടിൽ ദാരിദ്ര്യവും മനസിൽ ദുഷ്ടതയുമൊഴിയും. വയസറിയിച്ച പെൺകുട്ടികൾക്ക് മാലയോഗം വരും.

പറഞ്ഞുപറഞ്ഞ് മുത്തശ്ശി ചിരിക്കും. മുത്തശ്ശി ചിരിക്കുമ്പോൾ കാതിൽ കൊരണ്ടും വായിൽ വേരടർന്ന പല്ലുകളും ഇളകും. മുത്തശ്ശിയുടെ പല്ലുകൾ ഇളകുന്നത് കാണാൻ നല്ല കൗതുകമായിരുന്നു.

നിഴലുകൾ ഇരുളിൽ ലയിച്ചു. അസ്തമയത്തിന്റെ ആലസ്യത്തിൽ ആകാശവും തളർന്നു. തോണിക്കാരൻ മാത്രം ഇനിയും വന്നെത്താനുള്ള ആർക്കോവേണ്ടി കാത്തിരിക്കുകയാണ്.

പ്രഭാതത്തിൽ ഗുരിക്കൾ വെറുതെ പറമ്പിലൂടെ നടന്നതായിരുന്നു. പതുക്കെ തോട്ടുവക്കിലേക്കൊന്ന് ഇറങ്ങാമെന്ന് വിചാരിച്ചപ്പോൾ നെഞ്ചിലൂടെ കുറുകെയൊരു വേദന പടർന്നുകയറി. ആ വേദനയിൽ ഗുരിക്കൾ മണ്ണിലിരുന്നു.

ഞായറാഴ്ചയായതുകൊണ്ട് ശ്രീധരൻ വീട്ടിനകത്ത് കിടന്നുറങ്ങുന്നുണ്ടായിരുന്നു. അപ്പോഴാണ് കൈക്കണ്ടത്തിലേക്കുള്ള വഴിയിൽ കുഞ്ഞ്യേക്കൻ ഗുരിക്കളെ കാണുന്നത്.

"എന്താ-എന്താ.." കുഞ്ഞ്യേക്കൻ, ഗുരിക്കളെ താങ്ങിക്കിടത്തി. പുറത്തെ ഒച്ച കേട്ട് ശ്രീധരനുണർന്നു. അയൽക്കാരും വന്നെത്തിക്കഴിഞ്ഞു. അവർ നിമിഷനേരംകൊണ്ട് ഗുരിക്കളെ താങ്ങിയെടുത്ത് പഞ്ചായത്ത്റോഡിലേക്ക് കയറി. വഴിയിൽ നിസ്സാറിന്റെ ജീപ്പുണ്ടായിരുന്നു. ജീപ്പ് സുരേഷ് ഡോക്ടറുടെ നടയ്ക്കൽ നിർത്തി. പിന്നെ ഡോക്ടറുംകൂടി ജീപ്പിൽ കയറി; നേരെ വടകരക്ക് വിട്ടു...

മൂക്കിൽ കുഴലും കൈയിലും നെഞ്ചിലും അനേകം കുനുകുനാ സാമഗ്രികളുമായി ഗുരിക്കൾ ആശുപത്രിക്കട്ടിലിൽ അർധമയക്കത്തിൽ കിടക്കുകയാണ്. സന്ദർശകരെ വിലക്കിയിട്ടുണ്ട്.

"പരമ ബാഗ്യം. ഒര് താമസോല്ലാണ്ട് ഇതാന്ന് പറേമ്പളേക്ക് ആസ്പത്രീല് എത്തിക്കാനായല്ലോ."

പണിക്കർ പറഞ്ഞു. അത്കേട്ട് മലയി കണ്ണു തുടച്ചു.

"രോഗം ഭേദായി വന്നിറ്റ് വേണം കാക്കണ്ണൂര് ഒര് രക്തപുഷ്പാഞ്ജലീം കളിയാമ്പള്ളി ഒരർച്ചനേം നടത്ത്വായെ." പണിക്കർ നേർന്നു. ഉമ്മറക്കോലായിൽ പല്ലി ചിലച്ചു. മലയി മിഴികൾ നീട്ടി ആശ്വാസം പൂണ്ടു.

**കി**ണറ്റിൻകരയിൽ ചെന്ന് പണിക്കർ കാലും മുഖവും കഴുകി. പിന്നെ അലക്കി മടക്കിയ മുണ്ടും മേൽമുണ്ടും ധരിച്ചു; ഭസ്മം തൊട്ട് പടിഞ്ഞാറ്റവാതിൽ തുറന്നു.

"എങ്ങോട്ടാ?" മലയി ചോദിച്ചു.

"അമ്പലംവരെ." പണിക്കർ ഇടയ്ക്കയെടുത്തു. "മനസ്സിന് ഒര് സ്വസ്ഥതേം ക്ട്ട്ന്നില്ല-മ്മാളൂ."

"എനക്കും ഒന്ന് അമ്പലത്തില് വെരണംന്ന്ണ്ടേനും."

"എന്നാലെറങ്ങിക്കോ."

പണിക്കർക്ക് പിറകെ വാതിലും ചാരി മലയിയുമിറങ്ങി.

ഇന്നലെ പണിക്കർ ആശുപത്രിയിൽനിന്നും യാത്രാനുവാദം ചോദിച്ചപ്പോൾ ഗുരിക്കൾ വിതുമ്പിപോലും. അതു കണ്ട് ഡോക്ടർ പണിക്കരെ ശാസിച്ചത് മുതൽ ഈ നിമിഷംവരെ മനസൊന്ന് നേരെയായിട്ടില്ല. മിൻചാപ്പ മുക്കിൽ ആരോ ചെണ്ട കൊട്ടുന്നുണ്ട്.

"അവതാളം." പണിക്കർക്ക് അരിശമടക്കാനാവാത്തപോലെ. "വൈഭവം ഇല്ലാത്ത ജന്തുക്കള് വാദ്യം കൈകാര്യം ചെയ്യ്ന്നേന്റെ വിശേഷം. താളോം-ല്ലാ; സ്വരശുദ്ധീം-ല്ലാ."

ആത്മരോഷത്തോടെ പണിക്കർ മുഖം ചുളിച്ചു. മലയി എല്ലാം കേട്ടുകൊണ്ട് പിന്നാലെ നടന്നു.

"പതിനേഴിനും മോളിലാ ചെണ്ട. അറിയ്യോ. പതിനെട്ടിലുംവച്ച് ഒന്നാമൻ."

"ഏതെങ്ക്ലും സൈക്കളോട്ടക്കാറായിരിക്കും."

"ആരായാലെന്താ."

മുണ്ടിന്റെ തൊയിലുയർത്തിപ്പിടിച്ച് ഇടയ്ക്കയും ഒതുക്കി പണിക്കർ വലിഞ്ഞു നടന്നു. കുഞ്ഞുന്നാളിൽ-

നടത്തയിൽ പണിക്കരോർക്കുന്നു.

പനങ്കണ്ണിച്ചരട് മുറുക്കി കുത്തനെ നിവർത്തിവെച്ച ചെണ്ട. വിരലുകൾക്കിടയിൽ വളഞ്ഞ കാരക്കമ്പുകൾ. വായുവിൽ വൃത്തം രചിക്കുന്ന വിരലിളക്കം. അതിദ്രുതം ചലിക്കുന്ന മണികണ്ഠം. ഒപ്പം സഞ്ചരിക്കുന്ന മനസ്സ്.

അതിനുമുമ്പ് പുളിങ്കമ്പ് വച്ച് മരമുട്ടിയിൽ...

"വാദനവിദ്യ കരസ്ഥമാക്ക്വാന്ന് പറഞ്ഞാല് കൊറച്ച് നയിപ്പ്ള്ളതാ. അത് കളിതെമാശ്യാക്കി എഡ്ക്കാന്ള്ളതല്ല. അറിയ്യോ."

മീൻചാപ്പ മുക്കിൽ ദീർഘവൃത്താകൃതിയിൽ ഞെരുങ്ങി നിൽക്കുന്ന ആൾക്കൂട്ടത്തിലൂടെ പണിക്കർ പണിപ്പെട്ട് പാളിനോക്കി. കഷ്ടിച്ച് ഏഴുവയസ്സുള്ളൊരു കുട്ടി അവനേക്കാൾ വലിയൊര് ചെണ്ടയുംവച്ച്-

പൊടുന്നനെ പണിക്കർക്ക് നെഞ്ച് പിടഞ്ഞു. അവന്റെ കുഞ്ഞുപെങ്ങൾ ഞാണിൽ കയറാൻ ഒരുങ്ങുകയാണ്.

"ഭഗവാനേ.... ആ പെങ്കുട്ടിക്ക് ഒരപകടോം വെര്ത്തല്ലേ." പണിക്കർക്ക് സങ്കടം അടക്കാനാവാത്ത പോലെ.

"വാ- പോ ആം." പണിക്കർ മലയിയെ വിളിച്ചു.

അപ്പോൾ മുഖത്ത് റോസ് പൗഡറിട്ട്; കഴുത്തിലും കൈയിലും വിലകുറഞ്ഞ റോൾഡ്ഗോൾഡ് ആഭരണങ്ങളിട്ട സ്ത്രീ പറയുന്നു:

"പോവരുത്. പോവരുത് സഹോദരാ. ഈ ജീവന്മരണ സർക്കസ്സ് കണ്ട് നിങ്ങളാലാവുംവിധം...."

"പാവം." മലയി പറയുന്നു.

"പാവം." പണിക്കർ ഏറ്റുപറഞ്ഞു: "ഉദരനിമിത്തം ബഹുകൃത വേഷം -ന്നല്ല്യേ-മ്മാളൂ."

തിരുസന്നിധിയിൽ മംഗളവാദ്യം തുടിച്ചു. പൊടിപ്പുകളിളകി.

ചന്ദ്രക ചാരു മയൂരശിഖണ്ഡക മണ്ഡല വലയിതകേശം
പ്രചുര പുരന്ദര ധനുരനുരഞ്ജിത മേദുര മുദിത സുവേശം
രാസേ-ഹരിമിഹ വിഹിത വിലാസം-

കണ്ണുകളുള്ള മനോഹരമായ മയിൽപ്പീലികൾകൊണ്ട് ചുറ്റും തിരുകിയ കേശഭാരത്തോടും കാർമേഘം പോലുള്ള ശരീരകാന്തിയോടും കൂടിയ ശ്രീകൃഷ്ണനെ ഞാൻ മനസാ സ്മരിക്കുന്നു.

രാസേ-ഹരിമിഹ വിഹിത വിലാസം

# 16

# മഹാബലിയുടെ പ്രതിപുരുഷൻ

**ക**ർക്കിടകക്കാറ്റിൽ ദേവവിശറികൾ ഞൊറിനിവർത്തിയാടി. വനങ്കൂട്ടത്തിലെ പെരേലത്തൈകളിൽ കാറ്റ് പരതി നടന്നു. കാറ്റ് പണിക്കരുടെ കോലായിലൂടെ കണ്ണാരംപൊത്തുകളിച്ചു. തെളിഞ്ഞ പകലിന്റെ വശ്യതയിലൂടെ പണിക്കർ കാറ്റിനെ തൊട്ടു. കാറ്റ് ചിരിച്ചു.

"കർക്കടകക്കാറ്റ് കൊച്ചു കുട്ട്യേളപ്പോല്യാ." പണിക്കർ പറഞ്ഞു. "തൊഡ്ന്നേന് മുമ്പേ ചിരിക്കും; ചിരിച്ച് തീരുംമുമ്പേ മുഖം കറ്ത്ത് കരയ്യേം ചെയ്യും."

മലയി മൂക്ക് ചൊറിഞ്ഞ് പടിക്കൽ ഇളകി നിന്നു.

കർക്കിടകം പിറക്കുന്നതോടെ മലയന്റെ ജന്മനിയോഗങ്ങളുണരുകയാണ്. ആടിപ്പിറവിക്ക് കാലൻപാടണം; പതിനാലിന് വേടൻ. പിന്നെ ചിങ്ങത്തിലത്തംതൊട്ട് തിരുവോണംവരെ വ്രതമെടുത്ത് തിരുവോണത്തിന് മഹാബലിയായി വീടുവീടാന്തരം കയറി പ്രജകളുടെ ക്ഷേമാന്വേഷണം നടത്തണം.

പണിക്കർ കാൽമുട്ട് നിവർത്തി മടക്കിപ്പിടിച്ചു. മുട്ടിന് നല്ല പിടുത്തമുണ്ട്. ഇന്നലെ, വേടൻ കോലംകെട്ടി ചെറുചെണ്ടയും തൂക്കി, കിരീടിയുടെ അഹങ്കാരം ശമിപ്പിച്ചതിന്റെ ഓർമയിൽ നാട്ടിൽ ഐശ്വര്യം വരുത്താനുള്ള നിയോഗത്തിന്റെ നാളായിരുന്നു. വീടുകളുടെ എണ്ണം വല്ലാതെ പെരുകി; ഒരു പകലുകൊണ്ടൊന്നും തീർക്കാനാവാത്തവിധം.... എങ്കിലും രാജീവനും ചുണ്ടയിലെ മറ്റ് മലയന്മാരും എല്ലാം ഇറങ്ങിയതുകൊണ്ട് സന്ധ്യയോടെ വേടൻപാട്ട്പാടിയുള്ള സന്ദർശനം പൂർത്തിയാക്കാൻ കഴിഞ്ഞു. വീടുകളുടെ എണ്ണത്തിലുള്ള വർധനവ് വരുമാനത്തിലും വന്നിട്ടുണ്ടെന്ന സത്യം ഈ നിയോഗനിർവഹണത്തിൽ അവരെയെല്ലാം സന്തോഷിപ്പിക്കുന്നുണ്ട്. പണ്ട് നാണയത്തുട്ടുകൾ ദക്ഷിണയായി നൽകിയിരുന്ന സ്ഥാനത്ത് നോട്ടുകളായി. ധാന്യങ്ങൾ നിറഞ്ഞ് മാറാപ്പിനും കനംകൂടി. പണ്ടത്തെ കുരിയലിന്റെ സ്ഥാനത്ത് മലയി കുട്ടിച്ചാക്കുകൾ കരുതിത്തുടങ്ങി. ഇനി ഓണം കഴിയുംവരെയും മലയന്റെ കുടിലുകളിൽ ഉണർവാണ്. എന്തുകൊണ്ടോ രാജീവന് മാത്രം മുഖം തെളിയുന്നില്ല. ഓരോ വിഡ്ഢിവേഷം–ന്ന്.

"എങ്ങന്യെങ്കലും വരുന്ന കൊല്ലം ശ്രീദേവ്യൂം രാജീവനും ആയിറ്റ്ളെള കല്യാണം നടത്തിക്കണം." പണിക്കർ മനസിൽ കുറിച്ചിട്ടു.

"അയ്ന് ഓളെ പടിപ്പ് കയ്യണ്ടേ?" മലയി ചോദിച്ചു.

"എന്താ നിർബന്ധം?" പണിക്കർ പതിവുപോലെ വലതുകാൽ ബെഞ്ചിൽ കയറ്റിവച്ചു. "വെല്ല്യെ വെല്ല്യെ വിശേഷപ്പെട്ട പഠിപ്പിനെടേലല്ലേ മിക്കവാറും പെങ്കുട്ട്യേളെ കല്യാണം കയ്പ്പിക്ക്ന്നേ... ഈ വക്കീല് ഭാഗോം ഡോക്ട്ടറ് ഭാഗോം പഠിക്ക്ന്ന പെങ്കുട്ട്യേള് മിക്കതും കല്യാണം കഴിഞ്ഞതാന്ന് ഇനിക്കറിയോ? സംഗീതം– ന്ന് പറഞ്ഞാലെന്താ മോശപ്പെട്ട പഠിത്താ– അയിനൂല്ലേ മൂന്നാല് കൊല്ലത്തെ പഠിപ്പ്–"

പണിക്കർ എഴുന്നേറ്റു; മുണ്ടഴിച്ച് കുടഞ്ഞുടുത്ത് മേൽമുണ്ടും കുടഞ്ഞ് ചുമലിലിട്ട് പുറത്തേക്കിറങ്ങി.

"എങ്ങോട്ടാ?" മലയി ചോദിച്ചു.

"ഒന്ന് അങ്ങാടീല് വെരെ പോയ്വെരട്ടേ."

പണിക്കർ നടന്നകലുന്നത് മലയി സന്തോഷത്തോടെ നോക്കി നിന്നു. കാലൻപാട്ടുംവേടൻപാട്ടുമൊക്കെ കഴിഞ്ഞാൽ ഇതൊരു പതിവാണ്. അല്ലെങ്കിൽ ശരീരത്തിന്റെയൊരു ക്ഷീണം മാറിക്കിട്ടില്ലെന്ന്.

ആണ്ടിപ്പണിക്കർ ഷാപ്പിലിരുന്നു. പണിക്കരുടെ മുമ്പിൽ പതയുന്ന കുപ്പിവന്നു. പണിക്കർ കള്ള് ഗ്ലാസിലേക്കൊഴിച്ചു. പിന്നെ നുരയിൽ പൊന്തിയ മണിയനീച്ചയെ വിരലുകൊണ്ട് സസൂക്ഷ്മം തോണ്ടിത്തെറുപ്പിച്ചു.

"ഇന്നുകൂടി മത്സ്യമാംസാദികൾ വേണ്ട." പണിക്കർ പറഞ്ഞു. "അത് കഴിഞ്ഞ് പിന്നെ അത്തംമുതല് പത്ത്ദിവസോം–"

അച്ചാറുംതൊട്ട് പ്ലെയ്റ്റ് വടിച്ചുനക്കി പണിക്കർ എഴുന്നേറ്റു.

"അറിഞ്ഞില്ലേ, പണിക്കറേ?"

"എന്ത്ന്നാ–"

"അന്തുറുമ്മാനെ ദുബായീലേക്ക് കൊണ്ടോവാ– പോവാന്ന്. ഇനി ഓന്റെ കച്ചോടം അറബീന്റെ പോലീസ് തീറ്ത്തോളും."

ആണ്ടിപ്പണിക്കർ തൂണിൽ മുറിക്കിപ്പിടിച്ചു.

ഈ അന്ത്രുമ്മാൻ ചെറിയ കുട്ടിയായിരുന്ന കാലത്ത് പണിക്കരുടെ വീട്ടുമുറ്റത്തും അകത്തും അടുക്കളയിലും നിരങ്ങിയതായിരുന്നു. പുളി വാള് വീഴുന്നകാലത്ത് അവൻ ഹനുമാൻകയറിയ പുളിഞ്ചോട്ടിൽ അണ്ണാരക്കണ്ണന്മാർ കയറിയിറങ്ങുന്നതും നോക്കി കാവലിരുന്നു. മുറ്റക്കൊള്ളിലെ നാട്ടുമാവിൽ മാങ്ങപഴുത്തുതുടങ്ങുമ്പോൾ അവൻ രാജീവനെയും ശ്രീദേവിയെയും വെട്ടിച്ച് വിജയിയായി.

പിന്നെ കുറച്ച് വലുതായി വന്നപ്പോൾ അവൻ അമ്മാളുവിനും ബിയ്യാത്തുമ്മയ്ക്കും വേണ്ടി അങ്ങാടിയിൽപ്പോയി പലവ്യഞ്ജനം വാങ്ങിയെത്തിച്ചു. അവൻ വലുതായി വരുന്നതു കണ്ട് മനസുകൊണ്ട് സന്തോഷിച്ചതായിരുന്നു. പിന്നെപ്പിന്നെ അവൻ പണിക്കരെയും വീട്ടുകാരെയും അവഗണിച്ചുകൊണ്ടിരുന്നപ്പോഴും അയമ്മദൂട്ടി മാപ്പിളയുടെ നന്മകളോർത്ത് പണിക്കർ മനസിൽ കളങ്കം തീണ്ടാതെ നോക്കിയതാണ്...

പണിക്കർ പതുക്കെ ഷാപ്പിന് പുറത്തിറങ്ങി. മുമ്പിൽ ഷാപ്പിലെ പൂച്ച വഴിമുടക്കി നിൽക്കുന്നു. ഇപ്പോൾ പണിക്കരുടെയുള്ളിൽനിന്ന് ഏമ്പക്കംപോലൊരു തേങ്ങലുയരുന്നു. അത് കള്ളിന്റെ പുളിവാടയിൽ കുതിർന്ന് ശ്വാസംമുട്ടിക്കുന്നപോലെ.

മനസിനകത്ത് അയമ്മദൂട്ടി മാപ്പിളയുടെ അവസാനകാലത്തെ തേങ്ങലുകൾ പുനർജനിക്കുന്നപോലെ.

"ഗുരിക്കളെ ഇന്ന് ആസ്പത്രീന്ന് വ്ടും".

കള്ളുചെത്തി ഷാപ്പിലേൽപ്പിച്ച് പത്രപാരായണവും പ്രാതലും കഴിച്ച് തിരിച്ച് വീട്ടിലേക്ക് പോകുന്നതിനിടയിൽ കുഞ്ഞേക്ക ൻ പറഞ്ഞു.

"നേരോ?"

കേട്ടപാതി പണിക്കർ ബഞ്ചിൽ നിന്നെഴുന്നേറ്റു.

"തെരക്കാക്കണ്ട; ഉച്ച്യാവൂന്നാ പറഞ്ഞെ്." കുഞ്ഞേക്കൻ നടന്നു.

"അമ്മാളൂ– ഇഞ്ഞ്യാ തീക്കൊള്ളിങ്ങെഡ്ക്ക്–"

അമ്മാളു അടുപ്പിലെ കനൽ പണിക്കർക്ക് എത്തിച്ചു. പണിക്കർ കനലൂതിത്തെളിച്ച് ബീഡി കത്തിച്ചു...

"ഗുരിക്കളെത്തുമ്പളക്ക് ആടെണ്ടാവണം. അതൊര് സന്തോഷാ."

പണിക്കർ ബീഡിപ്പുക വിഴുങ്ങി മുറ്റമിറങ്ങി നേരെ പറമ്പിലേക്ക് നടന്ന് പൊറായിക്കിരുന്നു. പിന്നെ കിണറ്റിൻകരച്ചെന്ന് ചന്തികഴുകി, കുളിച്ച്, ഭസ്മംതൊട്ട്, പ്രാതലടക്കി കുടയുമെടുത്ത്....

"പറമ്പില് കദളിക്കൊല മൂത്തിറ്റ്ണ്ട്." മലയി പറഞ്ഞു. "ഞാന്നോക്കുമ്പം അണ്ണാക്കൊട്ടമ്മാറ്–"

"ആയിക്കോട്ടേ. ഇപ്പോ അതല്ലാലോ പ്രദാനം."

പണിക്കർ ചെരുപ്പിന്റെ വാറ് മുറുക്കി; കുട നിവർത്തി.

ഇറങ്ങുമ്പോൾ പണിക്കർ പറഞ്ഞു: "ഞാമ്പേകം വെരും. എന്നിറ്റ് ആ കൊലകൊത്തി, കുങ്കറെ പീട്യേക്കൊഡ്ക്കാം– ന്താ"

പറമ്പിൽ തുമ്പയും കോളാമ്പിയും കൃഷ്ണമുടിയും പൂത്തിരിക്കുന്നു. കൊള്ളുകളിൽ ശീപോതിക്കൈകൾ നിറഞ്ഞിട്ടുണ്ട്. തോട്ടിൻകരയിൽ അതിരാണിപ്പൂക്കളും വയൽവരമ്പിൽ കാക്കപ്പൂവും നെൽക്കതിരിനിടയിലൂടെ പൊട്ടിയും....

"അത്തം തൊഡങ്ങ്യോ പണിക്കറേ?" യാത്രികൻ ചോദിക്കുന്നു.

"ഇല്ല, വ്യാഴായ്ചയാ."

"അപ്പോ തിരുവോണോ?"

"തിരുവോണം പത്താംദിവസാന്ന് അറഞ്ഞൂഡേ–"

പണിക്കർ ഗമയിൽ ഉടുമുണ്ടിന്റെ അറ്റംവലിച്ച് കക്ഷത്തിലിറുക്കി. നടത്തയിൽ തോൾമുണ്ട് നേരെയാക്കി.

"പണിക്കറെങ്ങോട്ടാ?"

"ഗുരിക്കൾടെ വീട്വെരെ.''

"ഗുരിക്കളെത്ത്യോ?"

"അറിയല്ലാ. ഉച്ച്യാവൂന്നാ കുഞ്ഞ്യേക്കൻ തന്ന വിവരം."

തോട്ടുവക്കിലെ ഓണത്തുമ്പികളെയും മഞ്ഞച്ചിറകുള്ള കൊച്ചുശലഭങ്ങളെയും ഗൗനിച്ച് പണിക്കർ നടന്നു.

ഗുരിക്കളുടെ വീടിന്റെ കോലായിൽ ആരോ നടക്കുന്നുണ്ട്. വന്ന്വോ– ആവോ?

എതിരെ വഴി നടന്നുവന്നയാളോട് പണിക്കർ ചോദിച്ചു:

"ഗുരിക്കളെ കൊണ്ട്വോന്നോ?"

"ഓ, ഇപ്പോയ്ങ്ങ് എത്ത്യതേ–ള്ളൂ."

ഭഗവാനേ– പണിക്കർ നടത്തയ്ക്ക് വേഗംകൂട്ടി. പിന്നെ കുട മടക്കിപ്പിടിച്ച് മുറ്റത്തേക്ക് കയറി. എന്നിട്ട് നേരെ അകത്തേക്ക് ചെന്നു.

കട്ടിലിൽ ഗുരിക്കൾ കിടക്കുന്നു. ഗുരിക്കളുടെ മുഖത്ത് നല്ല തെളിച്ചമുണ്ട്. തൊട്ടുചേർന്ന് രാജീവനും ശ്രീധരനും നിൽപ്പുണ്ട്.

"ഇന്നിപ്പോ ആസ്പത്രീന്ന് ബ്ഡൂംന്ന് കേട്ടപ്പളേ മനസ്സിനൊര് ബേജാറേനും. ഒന്ന് കാണ്വായെ'.'

പണിക്കർ ഒരുവിധം പറഞ്ഞൊപ്പിച്ചു. പണിക്കരുടെ ബേജാറ് കണ്ടിട്ടാവാം, ഗുരിക്കൾ വിരലുവച്ച് മിഴിതുടച്ചു.

"ഒക്കെ ഭേദാവും. എല്ലം ഒര് ദൈവാധീനേല്ലേ."

"അല്ലേങ്കല് അന്ന് കണ്ടത്ത് കെടന്നപ്പം കുഞ്ഞ്യേക്കനമ്പയിക്ക് വെരണോന്നില്ലാലോ... ആരെങ്ക്ലും കാണ്വോ– അറിയ്യോ–"

പത്തുവയസിന്റെ വ്യത്യാസമുള്ള കരങ്ങൾ പരസ്പരം തെരുപ്പിടിച്ചു. കണ്ണു നിറയുന്നത് കാണാതിരിക്കാൻ പണിക്കർ മുഖംതിരിച്ചു.

"മോള് ഓണത്തിന് വെര്ന്ന്ണ്ടോ?"

ഗുരിക്കളുടെ ശബ്ദം കോർക്കിട്ട് അടച്ചതുപോലെ–

"ഓളെ കീർത്തനം മനസ്സിലങ്ങനെ നെറഞ്ഞ്വെര്ന്നപോലെ."

ഗുരിക്കൾ പാതി കണ്ണടച്ചു. മിഴികളിൽ ശ്രീദേവിയുടെ ധ്യാനസദൃശമായ മുഖം. ചുണ്ടിൽ 'ദേവദേവ കലയാമിതേ– ചരണാംബുജ സേവിതം'. മനസ്സ് തുരുത്തിമുക്കിലെ നേരിയ ഒഴുക്കിലൂടെ കെട്ടഴിച്ചുവിട്ട ഒരു കൊതുമ്പുവള്ളംപോലെ. പല്ലവിയും അനുപല്ലവിയും ചരണങ്ങളും കഴിഞ്ഞ് ശ്രീദേവി കണ്ണുതുറന്നപ്പോഴും ഗുരിക്കൾ മിഴിയടച്ചുതന്നെ ലയിച്ചിരിക്കുകയായിരുന്നു.

അടച്ചുപിടിച്ച കൺകോണുകളിലൂടെ നനവിറങ്ങുന്നത് കണ്ട് അന്ന് പണിക്കരുടെ തൊണ്ടയിടറി.

"അസ്സലായിറ്റ്ണ്ട്." ഗുരിക്കൾ പറഞ്ഞു." കുട്ടി നന്നാവും– അസ്സലാവും." ഗുരിക്കൾ കണ്ണുതുടച്ചു. എന്നിട്ട് തുടർന്നു. "മനസ്സില് സംഗീതംണ്ടായാത്തെന്നെ പാതിജന്മം രക്ഷപ്പെട്ടൂന്നാ. കുട്ടീന്റെ മനസ്സില് അത് നന്നായിറ്റ്ണ്ട്..."

"എനക്ക് ഒന്നുകൂടി ഓളെ കീർത്തനം കേക്കണം, പണിക്കറേ."

"അയിനെന്താ. ങ്ങക്ക് എത്തര കീർത്തനാ കേക്കണ്ട്ന്ന്വെച്ചാല് ഓള് പാടിത്തെരൂല്ലേ... അയിനേക്കാളും ബെല്യ സന്തോഷം ഞാക്ക് വേറ്യെന്താ–ള്ള്."

രാജീവൻ വല്യമ്മാമനെ തൊട്ടുവിളിച്ചു. "ഗുരിക്കളെക്കൊണ്ട് അധികം വറത്താനം പറേപ്പിക്കറ്–ന്ന് ഡോക്ടറ് പറഞ്ഞിക്കേനും."

"നേരോ?"

"പരിപൂർണായിറ്റ്ള്ളെ വിശ്രമം വേണം ന്നാ'.'

"നേരോ?"

പണിക്കർ കുറ്റബോധത്തോടെ എഴുന്നേറ്റു.

"പണിക്കറിര്ന്നോളീം." ശ്രീധരൻപറഞ്ഞു. "അച്ഛനക്കൊണ്ട് വറത്താനം പറേപ്പിക്കണ്ടാ– ന്നേ, ള്ളൂ."

അപ്പോൾ ഗുരിക്കൾ വിരലുകളുയർത്തി. അത് പണിക്കരുടെ കൈത്തലത്തിൽ സ്പർശിച്ചു. ഒരു നേർത്ത വൈദ്യുതി പ്രവാഹം പോലെ ആ സ്പർശനം പണിക്കർ തിരിച്ചറിയുന്നു. പിന്നെ പണിക്കർ ഗുരിക്കളുടെ കൈപിടിച്ചു. പൊടുന്നനെ ഒരു കൊച്ചുകുഞ്ഞിന്റെ നിഷ്കളങ്കതയോടെ പണിക്കർ ഗുരിക്കളോട് ചേർന്നിരുന്നു.

പഞ്ചായത്താപ്പീസിൽ വിധവാപെൻഷനും വാർധക്യകാല പെൻഷനും വിതരണം ചെയ്യുന്നുണ്ടെന്നറിഞ്ഞ് രാജീവൻ പറഞ്ഞു: "ഞാനൊന്ന് ചെന്നുനോക്കട്ടെ. ചെലപ്പോ തൊഴിലില്ലായ്മ വേതനോം കൊടുക്കുന്നാ കേൾക്ക്ന്നേ."

രാജീവൻ പുറത്തേക്കിറങ്ങി. കൂടെ കോലായിലിറങ്ങിയ ശ്രീധരൻ പറഞ്ഞു.

"പൈശ്യേല്ലേങ്കല് പേടിക്കണ്ട; എന്റേഡ്ത്ത്ണ്ട്."

"അത് കൊണ്ടല്ല- ക്ട്ട്ന്ന്ണ്ടെങ്കല് ഓണത്തിന് അതൊരു കാര്യേല്ലേ."

മുറ്റമിറങ്ങി, പറമ്പിറങ്ങി, തോട്ടുവക്കിലൂടെ രാജീവൻ നടന്നകന്നു. ഉച്ചവെയിലിൽ വയലിലെ കന്നുകാലികൾ തണൽ ചേർന്ന് വിശ്രമിക്കുകയാണ്.

# 17

## ആഗ്രഹങ്ങളുടെ മറ്റൊരു ഭൂമിക

**പ**ഞ്ചായത്താഫീസിന് മുമ്പിൽ പ്രതീക്ഷിച്ച തിരക്കില്ല. വിധവാ പെൻഷനും വാർധക്യകാല പെൻഷനും വിതരണംചെയ്തു കഴിഞ്ഞു. ഇനിയൊരിക്കലും പെൻഷൻ വാങ്ങാനും തിരക്കാനും വരാത്തവരുടെ ലിസ്റ്റിൽ ഉണ്യേമ.

രാജീവൻ പതുക്കെ ഓഫീസ് പരിസരത്തുനിന്ന് തിരിച്ചിറങ്ങി. ഉച്ചകഴിഞ്ഞ് വികലാംഗ പെൻഷനുണ്ട്. തൊഴിലില്ലായ്മാ വേതനം എപ്പോഴാണ് കൊടുക്കുക എന്ന് കൃത്യമായി അറിയില്ല. അതുകൂടി ഓണത്തിന് മുമ്പേ കൊടുത്തുതീർക്കുമെന്ന് ഗവൺമെന്റ് അറിയിപ്പുണ്ട്. ഇതിനുപുറമെയാണ് ദാരിദ്ര്യരേഖയ്ക്ക് താഴെയുള്ള പാവപ്പെട്ടവർക്ക് റേഷൻ കടകൾവഴി വിതരണംചെയ്യുന്ന ഓണക്കിറ്റുകൾ. തിരുവോണസദ്യക്ക് അവശ്യം വേണ്ടുന്നതൊക്കെ അതിലുണ്ടെന്ന് കുഞ്ഞ്യേക്കൻ പറയുന്നു. കൂടാതെ മാവേലി സ്റ്റോറുകളിലും നീതിസ്റ്റോറുകളിലും മര്യാദ വിലയ്ക്ക് മേന്മയുള്ള പച്ചക്കറികളും മറ്റ് ഇനങ്ങളും.

"ആകക്കൂഡി ഇക്കൊല്ലത്തെ ഓണം കസറും-ല്ലേ, കുഞ്ഞ്യേക്കാ?"

"കാണം വിറ്റ് പോവാണ്ട്തെന്നെ ഓണം ഉണ്ണാൻ കയ്യീന്നെ ഒര് കാലം-ണ്ടാക്കണ്ടേ, മാഷേ." കുഞ്ഞ്യേക്കൻ തുടർന്നു:

"മ്മള് ക്യൂനിന്ന് കുത്ത്ന്ന വോട്ടിന് ഒര് വെലേണ്ട്ന്ന് തിരിയണ്ടേ. ഒന്നൂല്ലേലും ജെനങ്ങളപ്പറ്റി ഓർക്ക്ന്നെ ഒര് ഗെർമ്മേണ്ട് നാട്ടില്ണ്ട്ന്ന് ഇള്ളത് തെന്നെ ഒര് സമാദാനേല്ലേ."

കുഞ്ഞ്യേക്കനും രാജീവനും നടന്നു.

ഇടവഴിയോരങ്ങളിൽ മുക്കുറ്റിയും തുമ്പയും പൂത്തിട്ടുണ്ട്. പന്നലുകൾ വളർന്നുമൂടിയ കൊള്ളിൽ കോളാമ്പിപ്പൂവുകൾ, വിടർന്നിറങ്ങി നിൽക്കുകയാണ്. അവയ്ക്കിടയിലൂടെ മുഖം നീട്ടിയ ശീവോതി കൈകൾ വെറുതെ പൊട്ടിച്ചെടുത്ത് രാജീവൻ വയലിറങ്ങി.

വയലിൽ മഞ്ഞനിറമുള്ള ചെറിയ പൂമ്പാറ്റകൾ പരതിപ്പറക്കുന്നുണ്ട്.

നനവാർന്ന വരമ്പിലെ കാക്കപ്പൂവുകളിലും തലകുനിച്ച നെൽക്കതിരുകൾക്ക് മുകളിൽ നിവർന്നു നീണ്ട പൊട്ടിയിലും അവ മുത്തിപ്പരതുന്നു. പിന്നെ ഓണത്തുമ്പികളും ചിത്രശലഭങ്ങളും.

ഓണത്തിന്റെ വരവിന് ഒരുക്കൂട്ടുന്ന പ്രകൃതിയുടെ വൈഭവം നോക്കി രാജീവൻ തോട്ടുവക്കിലേക്ക് കയറി. അതിരാണി പൂത്ത കുറ്റിക്കാടുകളിൽ ചെറുകിളികൾ ഒച്ചവയ്ക്കുന്നു. തോട്ടിൻകരയിൽ മൈനകളും വണ്ണാത്തിക്കിളികളും.

"ഇന്നിപ്പോ സ്കൂളടക്കൂല്ലേ."

കുഞ്ഞേ്യക്കന്റെ ശബ്ദം രാജീവനെ ഉണർത്തി.

"ങ്ഉം."

"സ്കൂളടച്ച് കുട്ട്യേള് പൂപ്പറിക്കാനെറങ്ങ്യാലേ ഓണക്കാലത്തിന്റെ അരങ്ങ് വെരൂ."

"ങ്ഉം."

"അപ്പോ ശ്രീദേവിക്കും കോളേജടയ്ക്കൂല്ലേ?"

"അടയ്ക്കും. ഓളിന്ന് രാത്രിവണ്ടിക്ക് വെരുംന്ന് അറിയിച്ചിക്ക്."

നടത്തയിൽ തോട്ടുവക്കിലെ നമിച്ചിത്തൊണ്ടുകൾ വെറുതെ പെരുവിരൽകൊണ്ടമർത്തി രാജീവൻ. പുഴഞണ്ടുകൾ മാളത്തിലേക്ക് വലിഞ്ഞു.

"മ്മക്കൊരിക്കല് തിരുവനന്തപൊരത്ത് പോണം; രാജീവാ. സിക്രട്ടരിയേറ്റും പുതിയ അസംബ്ലി മന്ദിരോ-ക്കെ ഒന്ന് കാണാലോ." കുഞ്ഞേ്യക്കൻ പറഞ്ഞു.

കഴിഞ്ഞ തവണ ശ്രീദേവി വണ്ടി കയറാൻ നേരത്ത് പറഞ്ഞതാണ്:

"എങ്ങന്യെങ്ക്ലും കൊറച്ച് പണോംണ്ടാക്കി തിരുവനന്തപുരത്ത് വെരണം."

വെറുതെ ചിരിച്ചുകൊണ്ട് കേട്ടതേയുള്ളൂ. എന്നാൽ ഇപ്പോൾ കുഞ്ഞേ്യക്കൻ പറയുന്നത് കേൾക്കവേ മനസ്സ് ആഗ്രഹങ്ങളുടെ മറ്റൊരു ഭൂമിക തേടിയിറങ്ങുന്നപോലെ:

"അവിടെ വന്നാല് ഒരുപാട് കാണാന്ണ്ട്. ശ്രീ പത്മനാഭസ്വാമി ക്ഷേത്രവും രവിവർമ ചിത്രങ്ങളും മ്യൂസിയവും പിന്നെ സംഗീത അക്കാദമിയും കൊട്ടാരങ്ങളും... ഒക്കെക്കണ്ട് കഴിഞ്ഞ് ഒന്ന് കന്യാകുമാരീലും പോണം. പ്രശസ്തമായ പത്മനാഭപുരം കൊട്ടാരവും അമ്മച്ചിപ്ലാവും ശുചീന്ദ്രം ക്ഷേത്രവുമെല്ലാം ആ വഴിയാണ്."

മറ്റൊന്നും കാണാൻ കഴിഞ്ഞില്ലെങ്കിലും സ്വാതിതിരുനാൾ സംഗീത അക്കാദമി കാണണമെന്ന് രാജീവന്റെ മനസ്സ് പറയുന്നു.

"ശരിയാ." രാജീവന്റെ അഭിപ്രായത്തെ കുഞ്ഞേ്യക്കനും പിന്താങ്ങുകയാണ്.

"വെലിയ്യെ ചരിത്രസ്മാരകാ-ത്. അവ്ടെ വച്ചായിര്ന്ന് സർ സി പി രാമസ്വാമീന്റെ മൂക്ക് വെട്ട്യത്."

കുഞ്ഞേ്യക്കൻ മുൻപേ നടന്നു.

"ഓണം കഴിയട്ടെ, രാജീവാ. അതിന് മുമ്പ് ഞാനൊന്ന് ശ്രീധരമ്പാ യിറ്റും സംസാരിച്ച് നോക്കട്ടെ."

തോട്ടിൻകരയിലൂടെ രാജീവൻ ശ്രീധരന്റെ വീട്ടിലേക്ക് തിരിഞ്ഞു. കുഞ്ഞേ്യക്കന് പോകാനുള്ളത് കൈക്കണ്ടത്തിലാണ്.

"ശ്രീദേവീം കൂഡി വന്നിറ്റ് വേണം ഓളേംകൂട്ടി എ ഈ ഓന്റെ മോ ളെ ഒന്ന് കാണ്വായെ." ഗുരിക്കൾ സ്വരം താഴ്ത്തിപ്പറഞ്ഞു. "ഓറക്ക് താൽ പ്പര്യാന്നാ അറിഞ്ഞെ! അങ്ങന്യാന്നെങ്ക്ല് കല്യാണത്തിന് അധികം താ മസിപ്പിക്കണ്ടാ–''

അച്ഛന്റെ അഭിപ്രായത്തിന് മറുത്തൊന്നും പറയാതെ ശ്രീധരൻ കോ ലായിലിറങ്ങി.

"എല്ലാം നോക്കാം. അയിന്മുമ്പ് ഇങ്ങളൊന്ന് സാധാരണ നെലേ ലേക്ക് എത്തിക്കോട്ടേ." രാജീവൻ ഗുരിക്കളെ സമാധാനിപ്പിച്ചു.

"വയസ്സ്മ്മാറെ സ്ഥിതി നോക്കി ഒന്നും പിന്നേക്ക് മാറ്റിവെക്കറെന്റ– രാജീവാ. ഇവ്ഡേപ്പോ ഒര് ചായ ചൂഡാക്കണേല് ഓന്റെ കൈകൊണ്ട് വേണം. അങ്ങനെ എത്തരകാലം കയ്ഞ്ഞു കൂട്വാമ്പറ്റും?"

ഇത് യാത്രയ്ക്കുള്ള പുറപ്പാടാണ്. പാസ്പോർട്ടും വിസയുമൊക്കെ തയാറായിക്കഴിഞ്ഞു. ഇനി സമയരഥമൊന്ന് ഒരുങ്ങിയെത്തുകയേ വേണ്ടൂ. ഗുരിക്കൾ ചിന്തിക്കുന്നു.

അതിനുമുമ്പ് ശ്രീധരന്റെ കൈകൊണ്ട് മിന്നുചാർത്തി ഒരു കുട്ടി ഈ പടി കടന്നെത്തുന്നത് കാണണം. അത് ഈ ജന്മ നിയോഗത്തിന്റെ പൂർ ത്തീകരണമാണ്. ഗുരിക്കൾ പതുക്കെ കട്ടിലിൽ ചരിഞ്ഞു കിടന്നു. ശ്രീ ധരനെ പ്രസവിച്ച് ജാനകി ഒന്നുകൂടി ഗർഭം ധരിച്ചിരുന്നു, ഗുരിക്കളോർ ക്കുന്നു. ഒരു പ്രഭാതത്തിൽ പശുവിനുള്ള കാടിവെള്ളവും തൂക്കി തൊഴു ത്തിലേക്ക് കയറുമ്പോൾ കാൽതെന്നിവീണ് ബോധം കെട്ടുപോയി; അവൾ ബോധം തിരിച്ചുവന്നപ്പോൾ വയറുവേദനകൊണ്ട് പുളയുകയാ യിരുന്നു....

അന്ന് ഡോക്ടർ പറഞ്ഞതാണ്, ഓമനിക്കാനും പോറ്റി വലുതാക്കാ നും ഒരു ആൺകുട്ടീണ്ടല്ലോ– അതിലൂടെ വംശപരമ്പരയുടെ കണ്ണി യറ്റുപോകാതെ കഴിക്കാമല്ലോ.

പിന്നീടുള്ള പരിശോധനയിൽ ഡോക്ടർ പറഞ്ഞു: ഒന്നുകൂടി നോ ക്കീട്ട് പറ്റെങ്ക്ല് ഗർഭപാത്രം എടുത്ത് കളയുന്നതാണ് നല്ലത്. അന്നുമു തൽ കണ്ണിലെ കൃഷ്ണമണിയാണ് ശ്രീധരൻ. ഗുരിക്കൾ നനവാർന്ന കണ്ണുകൾ തുടച്ചു.

"എന്തായാലും ശ്രീദേവി തിരിച്ചു പോന്നേനുംമുമ്പ് അക്കരച്ചെന്ന് പെണ്ണ് കാണാം." രാജീവൻ പറഞ്ഞു.

ഗുരിക്കൾ രാജീവന്റെ വലുതുകരം പിടിച്ചു. പിന്നെ കിടക്കവിരിപ്പിന്റെ അറ്റമുയർത്തി മിഴിതുടച്ചു.

"ഇക്കൊല്ലോം ആരെല്ലോ ഓണപ്പൊട്ടൻ കെട്ട്ന്ന്ണ്ട്ന്ന്" മലയി പറഞ്ഞു:

"ആയിക്കോട്ടേ."

"ആയിക്കോട്ടേന്ന് പറഞ്ഞാലായോ." മലയി മൂക്ക് തുടച്ചു. "കൊല്ലാകൊല്ലം ഓണത്തിന് മലേനെന്തെങ്കിലും കിട്ട്ന്ന കാര്യേല്ലേ. അതില് കണ്ടോല് എന്തിനാ കൈയിട്ട് വാര്ന്നേ?"

മലയിയുടെ ദുഃഖം അരിശമായി പടർന്നുകയറുകയാണ്. ആണ്ടിപ്പണിക്കർ ഒന്നും പറയാതെ എഴുന്നേറ്റ് പടിഞ്ഞാറേ മുറി തുറന്നു.

"അമ്മേ, മഹാമായേ."

പലകപ്പുറത്ത് ഭസ്മലേപനം ചെയ്തുവെച്ച രൂപത്തെ വണങ്ങി പണിക്കർ അകത്തു കടന്നു. ദൈവസ്ഥാനത്തിന് ചുറ്റും പൂജാ സാമഗ്രികൾ നിരത്തിവെച്ചിരിക്കുകയാണ്. വളയത്തിൽ ചെണ്ടയും ഇടയ്ക്കയും തൂക്കിയിട്ടിട്ടുണ്ട്. ചുമരിൽ തറച്ചുവെച്ച ആണിയിലാണ് ആടിപ്പിറവിക്കും ആടി പതിനാലിനും അണിയാനുള്ള പാളക്കോലം കൊളുത്തിയിട്ടത്. അടച്ചിട്ട മരപ്പെട്ടിക്ക് മുകളിൽ ചീനിക്കുഴലും ഓണപ്പൊട്ടന്റെ കിരീടവുമാണ്. ഓണപ്പൊട്ടൻ കെട്ടി കനകാംബരവും ചെക്കിപ്പൂവും വെച്ചലങ്കരിച്ച ഈ കിരീടം ഭയഭക്തിയോടെ തലയിൽ വെയ്ക്കുന്നതോടെ ഓണപ്പൊട്ടൻ ഓണേശ്വരനാവുകയാണ്. മഹാബലിത്തിരുമേനിയുടെ പ്രതിപുരുഷൻ.

പിന്നെ കിരീടം തലയിൽനിന്നുയർത്തി മാറ്റിയല്ലാതെ ഓണേശ്വരൻ ഉരിയാടരുത്. അത് അലംഘനീയമായ നിയമമാണ്.

ആണ്ടിപ്പണിക്കർ കിരീടത്തിലെ പൊടിയൂതിയകറ്റി. കഴിഞ്ഞവർഷത്തെ കരിഞ്ഞുണങ്ങിയ ചെക്കിപ്പൂമൊട്ടുകൾ നുള്ളിയടർത്തി.

"മലയന്റെ ധർമം മറ്റൊരുത്തനും ഏറ്റെഡ്ക്കാനാവൂല്ലെ ന്റമ്മാളൂ. അത് മലേൻതന്നെ നിറവേറ്റണം-ന്നാ."

മലയി കോന്തലകൊണ്ട് മാറ് മറച്ച് പടിവാതിൽക്കൽ കേട്ടുനിന്നു.

"അല്ലാണ്ട് രാവില്യെണീറ്റ് മീനും കോയ്യെറച്ചീം ത്ന്ന് തലോലൊര് കിരീടോംവെച്ച് മടിക്കുത്ത് തപ്പാനെറങ്ങ്ന്നതല്ല- ഓണേശ്വരൻ. അത് ദേവദേവേന്ദ്രഗണങ്ങൾ മലയന് ചാർത്തിക്കൊടുത്ത പുണ്യാ. അതിന് വിധീണ്ട്. ചിട്ടവട്ടങ്ങളും വ്രതാനുഷ്ഠാനവും-ണ്ട്."

എറോത്തരത്തിൽ പല്ലി ചിലച്ചു.

"ദേവീ-" മലയി മിഴികൾ കൂപ്പി.

"ആയിരം അമ്മമാര് ചമഞ്ഞാലും ഒര് പെറ്റമ്മ ആവൂല്ലെ-ന്റെമ്മാളൂ." ദൈവസങ്കൽപ്പത്തെ വണങ്ങി പണിക്കർ പുറത്തിറങ്ങി, വാതിൽ ചാരി. പിന്നെ അയയിലെ രണ്ടാംമുണ്ടെടുത്ത് കുടഞ്ഞ് തോളിലിട്ട് മുറ്റമിറങ്ങി പുറത്തേക്ക് നടന്നു.

നന്നെരാവിലെ വടകരയിലെത്തുന്ന വണ്ടിയിൽ ശ്രീദേവി വന്നിറങ്ങി. ബസ്സ്റ്റാൻഡിലേക്കുള്ള വഴികളിൽ ഓണച്ചന്തയുടെ അടയാളങ്ങൾ ഉയർന്നിരിക്കുന്നു. റോഡിൽ പതിവിലുമേറെ തിരക്ക്.

നാളെ പൂരാടം.

**കിഴക്ക്** വെള്ളപൊട്ടി. പതിവുപോലെ പൂവൻകോഴികൂവി; തിരുവോണം പിറന്നിരിക്കുന്നു. പതിനാലാം നമ്പർ വിളക്കിന്റെ പ്രകാശത്തിൽ ആണ്ടിപ്പണിക്കരുടെ കോലായിൽ മലയന്മാർ ഒരുങ്ങുകയാണ്. തലയിൽ ചുവപ്പുകെട്ടി, അഞ്ജനംവച്ച് പുരികം വരഞ്ഞ്, പുരികത്തിന് മുകളിലും ഫാലനിരകളിലും ചാന്തുകൊണ്ട് പൊട്ടുകൾ കുത്തി, മയിൽപ്പീലി മീശകെട്ടി, വീതിക്കരയുള്ള ചുവന്ന ചട്ട അരയിൽ ചുറ്റി, അതിനുമുകളിൽ കരയും കിന്നരിയും താഴ്ത്തിയിറക്കി പട്ടീസ് മുറുക്കി, മണിബന്ധങ്ങളിൽ കനകാംബരപ്പൂമാല ചുറ്റി– മാനസാ വണങ്ങി, നീൾമുടിയണിഞ്ഞ്, ചുവപ്പ് മുക്കിയ നീൾത്താടി വച്ച് മലയന്മാർ ഓണപ്പൊട്ടൻ കെട്ടുകയാണ്.

കിഴക്ക് ചായക്കൂട്ടണിഞ്ഞ് പ്രഭാതം വിടരുന്നു. വടക്കേ മുറ്റത്തെ മരയഴിക്കൂട്ടിൽ പൂവൻകോഴി നീട്ടിക്കൂവുകയാണ്. മലയന്റെ മനസിൽ ഉത്സാഹം നിറയുകയാണ്.

പടിവാതിൽക്കൽ മലയി കത്തിച്ചുവെച്ച നിറവിളക്ക് തൊഴുത് ആണ്ടിപ്പണിക്കരോടൊപ്പം മലയന്മാർ കിരീടം വന്ദിച്ച് ഉയർത്തി നെറുകയിൽ സ്ഥാപിച്ചു. പിന്നെ ഇടം കൈകൊണ്ട് കുരുത്തോലത്തോരണം ഞാത്തിയ നീളൻ കാലുള്ള ഓലക്കുടയും, വലംകൈകൊണ്ട് നീൾമണിയുമെടുത്തു.

തെളിയുന്ന പ്രഭാതവെളിച്ചത്തിൽ ഓണേശ്വരന്മാർ പണിക്കരുടെ മുറ്റമിറങ്ങി; നടന്നു.

കൊയിലോത്തെ പടിക്കൽ ഓണപ്പൊട്ടന്മാർ നിന്നു. നാടിന്നുടയോരായിരുന്നവരുടെ നഷ്ടപ്രതാപങ്ങളുടെ മുദ്രകളായവശേഷിക്കുന്ന പടിപ്പുര പൊളിഞ്ഞു തൂങ്ങിയിട്ടുണ്ട്. കൊയിലോത്തെ മുറ്റം കൊള്ളിടിഞ്ഞിറങ്ങിയും കാട്ട്പുല്ല് വളർന്നും....

കോലായിത്തിണ്ണയിൽ വൃദ്ധയായ തമ്പുരാട്ടി നിലവിളക്കും നിറനാഴിയുംവെച്ച് മഹാബലിയെ വരവേറ്റു. വയോവൃദ്ധനായ തമ്പുരാൻ വടികുത്തി കോലായിലിറങ്ങി ചാരുകസാലയിലിരുന്നു. കുമ്മായമിടിഞ്ഞ് പാണ്ടും നരയും കയറിയ ചുമരിൽ ചാരി അമ്മമാരും കുട്ടികളും ഓണപ്പൊട്ടനെ കാണാൻ ഒതുങ്ങി നിന്നു.

അവർക്ക് മുമ്പിൽ ആണ്ടിപ്പണിക്കർ കിരീടം താങ്ങി കുനിഞ്ഞ് നിറദീപം തൊഴുതു നിവർന്നു. പിന്നെ ഇടിപ്പിൽ താങ്ങിയ ഓലക്കുട ചുഴറ്റി, മണി കിലുക്കി മുറ്റം നിറഞ്ഞ് നടന്നു; നടത്ത മുണ്ടൻ മുണ്ടൻ ഓട്ടമായി, ജട പടർന്ന പുല്ലിൽ വൃത്തം രചിച്ചു. ഓണപ്പൊട്ടൻ പരിസരം വീക്ഷിച്ചു; പ്രജകളെ ദർശിച്ചു. പിന്നെ കാൽക്കുട മലർത്തി മുറ്റത്ത് കിടത്തി കിരീടത്തിൽനിന്ന് ചെക്കിപ്പൂവും നിറനാഴിയിൽ നിന്നൊര് നുള്ള് അരിയുമെടുത്ത് പൂക്കളത്തിലും പടിക്കലുമെറിഞ്ഞു.

ഓണപ്പൊട്ടന്റെ കൈയിലെ മണിയിൽ തമ്പുരാട്ടി ധാന്യം നിറച്ചു. അതിലൊര് നുള്ള് മാറാപ്പിൽ നിക്ഷേപിച്ച് ഓണപ്പൊട്ടൻ മണിക്കുമ്പിൾ മാറാപ്പിലേക്ക് പകർന്നു. പിന്നെ നിവർത്തിപ്പിടിച്ച മാറാപ്പിൽ തമ്പുരാട്ടി

നിറനാഴിചൊരിഞ്ഞു.

"ഇറങ്ങിക്കോളാ." ദക്ഷിണ കൊടുത്ത് വൃദ്ധനായ തമ്പുരാൻ കൽപ്പിച്ചു.

ആണ്ടിപ്പണിക്കർ ഒരിക്കൽക്കൂടി വിളക്കിനെ വന്ദിച്ച്, പ്രകാശം പ്രതിബിംബിക്കുന്ന മുഖങ്ങളിലെ പുഞ്ചിരിയറിഞ്ഞ് കുടചുഴറ്റി മണികിലുക്കി പടിപ്പുര കടന്നു.

ഓണപ്പൊട്ടന്മാർ ഓരോ ദിശയിലേക്ക് തിരിഞ്ഞു. ഇടവഴി പെരുവഴികളിൽ അവരുടെ മണിയൊച്ചയുയർന്നു.

# 18

# മൃദുതരമാമൊരാലിംഗനം

**വീ**ട്ടുമുറ്റങ്ങളിൽ പൂക്കളമൊരുക്കി കുട്ടികൾ ഓണപ്പൊട്ടന്റെ വരവും കാത്തുനിന്നു. അകലങ്ങളിൽ മണികിലുക്കം കേട്ട് അവർ ആകാംക്ഷയോടെ ഇടവഴിയിലിറങ്ങി ഓടി. അവർ ഓണപ്പൊട്ടന് പിറകെ അകമ്പടി പോലെ നടന്നു. വീടുകൾ തോറും വിളക്കുകൊളുത്തി വീട്ടമ്മമാർ ഓണേശ്വരനെ എതിരേറ്റു. ഓണേശ്വരൻ കുടചുഴറ്റി, മണികിലുക്കി വട്ടം നടന്നും മുട്ടനോട്ടമോടിയും വീടും മുറ്റവും പരിസരവും കണ്ടു. കൈകൂപ്പി നിൽക്കുന്ന പ്രജകളെ കണ്ടു. പ്രജാസൗഖ്യം ദർശിച്ച് ഓണപ്പൊട്ടന്റെ മനസ്സ് നിറഞ്ഞു. അയാൾ സ്വയം മഹാബലിയായി മാറുകയാണ്.....

മഹാബലിക്ക് രത്നഖചിതമായ കിരീടം. മിനുസമാർന്ന താടി, മീശ. കഴുത്തിൽ പുലിനഖം കെട്ടിയ വൈരമാല, കൈകളിൽ കങ്കണം, സ്വർണത്തിൽ തീർത്ത അരപ്പട്ട, പട്ടുടയാട.

മഹാബലിത്തമ്പുരാൻ, ആകാശത്തിൽ, കുടവൃത്തത്തിലെ കുരുത്തോലത്തോരണം വിരുത്തി; നീൾമണിത്താളത്തിൽ ചുവടുകൾ ഉറപ്പിച്ച് ക്ഷീണം മറന്ന് വീടുകയറിയിറങ്ങി.

കീറക്കുരിയലും കുട്ടിച്ചാക്കുമായി മലയി വഴിയോരത്ത് ഓണപ്പൊട്ടന്റെ മാറാപ്പ് പകരാൻ കാത്തിരിക്കുകയാണ്. മലയിയെക്കാൺകെ മഹാബലിത്തമ്പുരാൻ ആണ്ടിപ്പണിക്കരെന്ന സ്വത്വത്തിലേക്ക് തിരികെയെത്തുകയാണ്. നിയോഗത്തിന്റെ പാശം തകർന്ന് പാതിവഴിയിൽ നിപതിച്ചപോലെ ആണ്ടിപ്പണിക്കർ നിന്നു. മുമ്പിൽ മലയിയുടെ ഒട്ടിയ വയറും തോളുപിഞ്ഞിയ ബ്ലൗസും; കൺതടങ്ങളിൽ ഇല്ലായ്മയുടെ കറുത്ത വടുക്കൾ.

മലയി ചോദിച്ചു. "എന്താ-ത്ര ക്ഷീണം?"

ആണ്ടിപ്പണിക്കർ നിശ്ശബ്ദം തോളിലെ മാറാപ്പ് കുരിയലിൽ പകർന്നു കൊടുത്തു.

മലയി കുപ്പിയിൽ കരുതിവച്ച കള്ള് ഭർത്താവിന് കൊടുത്തു. ഇടവഴി

യോരത്തെ പാറക്കല്ലിലിരുന്ന് ഓണപ്പൊട്ടൻ കിരീടം ഉയർത്തിപ്പിടിച്ച് ആർത്തിയോടെ കുടിച്ചു.

"വയസ്സായില്ലേ, ചെറുപ്പക്കാരെപ്പോലെ കണ്ടമാനം ഓടി ശരീരം ക്ഷീണിപ്പിക്കല്ലേ"– മലയി പറഞ്ഞു.

ആണ്ടിപ്പണിക്കർ കിരീടം മടിയിൽവെച്ച് തളർന്നിരുന്ന് ഫൂൽക്കരിച്ചു. അപ്പുറത്തുനിന്ന് ദാസന്റെ മണിയൊച്ച കേൾക്കുന്നുണ്ട്.

"അടുത്ത സ്കൂള് പൂട്ടലിന് ഓലെ കല്യാണം നടത്തണം."

"ങ ഉം" ആണ്ടിപ്പണിക്കർ ബീഡി കത്തിച്ച കൊതിയോടെ വലിച്ചൂതി.

"അയിന് മുമ്പ് കെണറിന് ആൾമറേം കെട്ടി ഒര് കുളി മുറീം–ണ്ടാക്കണം. പെൺകുട്ട്യേക്ക് കുളിക്കാനും തോറത്താനും–ക്കെ ഒര് മറ വേണ്ടേ?"

"ങ് ഉം–" ആണ്ടിപ്പണിക്കർ ദീർഘമായി നിശ്വസിച്ചു.

ഓണപ്പൊട്ടൻ ബീഡി വലിക്കുന്ന കാഴ്ച കണ്ട് കൊള്ളിൻ മറികളിൽ കുട്ടികൾ തടിച്ചുകൂടി.

"ദേ– ഓണപ്പൊട്ടൻ ബീഡി വെലിക്ക്ന്നൂ."

ആണ്ടിപ്പണിക്കർ കുട്ടികളെ നോക്കി. എല്ലാവരും കോടിക്കുപ്പായവും പാവാടയും ധരിച്ചിരിക്കുന്നു. മലയൻമാത്രം ഈ തിരുവോണത്തിനും വിശ്രമമില്ലാതെ....

അയാൾ മലയിയുടെ കുപ്പിയിൽനിന്നൊരു കവിൾകൂടി കുടിച്ച് തല ശക്തിയിൽ ഇടംവലമെറിഞ്ഞ്, കിരീടമുറപ്പിച്ച് എഴുന്നേറ്റു. പിന്നെ തോളിലെ മാറാപ്പ് നേരെയാക്കി ഇടുപ്പിൽ ഓലക്കുടയുടെ നീളൻകാല് താങ്ങിച്ചുഴറ്റി നീൾമണി കിലുക്കി....

മലയിയുടെ ദൃഷ്ടിപഥത്തിലൂടെ മഹാബലിത്തമ്പുരാനായി അയാൾ നടന്നുനീങ്ങുകയാണ്. രത്നം തിളങ്ങുന്ന കിരീടം. സുവർണകിന്നരിയിളകുന്ന മുത്തുക്കുട, സ്വർണകങ്കണങ്ങൾ, തോളറ്റം താഴ്ന്നുകിടക്കുന്ന എണ്ണത്തിളക്കമാർന്ന മനോഹരമായ മുടി.... തമ്പുരാന്റെ നഗ്നപാദങ്ങൾക്ക് കീഴെ പരവതാനിപോലെ ഭൂമി; തോളിലെ മാറാപ്പിന് അംഗവസ്ത്രത്തിന്റെ തൊയിലിളകുന്ന ഭംഗി.....

സ്വപ്നരാജാവിനെ നോക്കി മലയി ഇടവഴിയോരത്ത് ഇമയടയാതെ നിന്നു.

**മു**കളിൽ സൂര്യൻ ജ്വലിച്ചു. ഓണപ്പൊട്ടന്റെ മണിയൊച്ചയുടെ താളം തളർന്നു. അകമ്പടി തേടിയ കുട്ടികൾ അടുക്കളവിഭവങ്ങളുടെ വശ്യതയിലേക്ക് മടങ്ങി. ഇടവഴിയോരത്ത് പാതിനിറഞ്ഞ കുരിയലും കുട്ടിച്ചാക്കുമായി മലയി ഓണപ്പൊട്ടനെ കാത്തിരുന്നു മയങ്ങി. ഒക്കിൽ കാൽക്കുട കുത്തിനിർത്തി. ഒരു ചെറുകുടിലിന്റെ മുമ്പിൽ ആണ്ടിപ്പണിക്കർ നിന്നു...

"വാറ്റ് നിർത്തി, പണിക്കറേ."

ഓണപ്പൊട്ടൻ നിശ്ശബ്ദനായി കേട്ടുനിന്നു.

“പെങ്കുട്ട്യേള് ബെലുതായി വന്നപ്പം പൊലീസ്കാറുടെ ശല്യേം ഒയിയാണ്ടായി. അങ്ങനെ ഒര് ന്ക്കപ്പൊറുതീം കിട്ടാണ്ടുവന്നപ്പോ നിർത്ത്യതാ –” ഗൃഹനാഥൻ തുടരുകയാണ്.

“ന്നാലും ഓണപ്പൊട്ടന്ള്ളെ പങ്ക് കർതീറ്റുണ്ട്–”

ആണ്ടിപ്പണിക്കർ കുടമലർത്തി മുറ്റത്തുവെച്ചു. കിരീടവും നീൾമണിയും മടിയിൽവെച്ച് നിലത്ത് പടിഞ്ഞിരുന്നു. അയാൾക്ക് മുമ്പിൽ വാറ്റുചാരായവും വടിച്ചുനക്കാനുള്ള അച്ചാറും നിരന്നു. വരണ്ടുണങ്ങിയ തൊണ്ടയിലൂടെ അഗ്നിശലാകയായി വാറ്റുചാരായം അന്നനാളത്തിലേക്കിറങ്ങി. ആണ്ടിപ്പണിക്കർ അച്ചാറ് വടിച്ചുനക്കി. പിന്നെ ഇലപ്പാറൽ നക്കിത്തുടച്ചു. ഒഴിഞ്ഞ കുപ്പി കോലായിത്തിണ്ണയിൽ വെച്ച് എഴുന്നേറ്റു.

ആണ്ടിപ്പണിക്കരുടെ സിരാപടലങ്ങളിൽ ഉണർവ് പ്രസരിച്ചു. അയാൾ കിരീടം വെച്ചു കുടചുഴറ്റി മണികിലുക്കി. മഹാബലിയുടെ പ്രതിപുരുഷൻ നഗ്നപാദനായി, മാറാപ്പും തൂക്കി, കൂർത്ത പാറക്കല്ലുകളിൽ ഉപ്പൂറ്റിയമരുന്ന വേദനയിൽ മണുങ്ങിനിവർന്ന് നടന്നു നടന്നകലുകയാണ്.

ഓണപ്പൊട്ടന്റെ മണിയൊച്ച അടയാളശബ്ദമായി അടുക്കുകയും നിലയ്ക്കുകയും പിന്നെ സാവധാനം അകലുകയും ചെയ്തു. ഓണപ്പൊട്ടന്റെ മാറാപ്പ് നിറയുകയും ഒഴിയുകയും ചെയ്തുകൊണ്ടിരുന്നു. പതിവ് വീടുകളിൽ ഓണപ്പൊട്ടൻ കിരീടം താഴ്ത്തിവെച്ച് കോലായിലിരുന്നു, പിന്നെ അച്ചാറിന്റെ ശൂരിൽ വാറ്റുചാരായം അകത്താക്കി എഴുന്നേറ്റു.

മഹാബലിത്തമ്പുരാൻ പ്രജാസൗഖ്യം അന്വേഷിക്കുകയാണ്.

സൂര്യൻ ചരിഞ്ഞു. സന്ധ്യ കറുത്തു. നാട്ടുവഴികളിൽ ഓണപ്പൊട്ടന്റെ മണിയൊച്ച നിലച്ചു. ആൾത്തിരക്കും ആരവങ്ങളുമൊഴിഞ്ഞ അങ്ങാടിയിൽ അടച്ചിട്ട പീടികക്കോലായിലൊന്നിൽ ആണ്ടിപ്പണിക്കരുടെ ഓണപ്പൊട്ടൻ ഒരുവശം ചരിഞ്ഞുകിടന്നു. ഓണപ്പൊട്ടന്റെ കിരീടം റോഡരികിലേക്ക് മറിഞ്ഞുകിടക്കുന്നു. അയാളുടെ മയിൽപ്പീലിമീശയിലും ചുവന്ന താടിയിലും വാറ്റുചാരായത്തിന്റെ ഗന്ധമുള്ള ഛർദ്ദി ഒഴുകിപ്പിടിച്ചുകിടക്കുന്നു. തൊണ്ടയിൽ ദുർബലമായൊരു ഞരക്കം.

**മ**ലയി കൊടുത്തേൽപ്പിച്ച പങ്കുമായി രാജീവനിറങ്ങി. ഇടവഴിയിലൂടെ പാറ കയറുമ്പോൾ പിന്നിൽനിന്ന് ശ്രീദേവി വിളിച്ചു. വിളി കേട്ട് രാജീവൻ നിന്നു. പിന്നെ ഇരുവരും പാറമടയിലൂടെ നടന്നു.

“മതിയായിരിക്ക്ന്ന്–ശ്രീദേവി” രാജീവൻ പറഞ്ഞു. “നാട് അപ്പാട് ഓണത്തിമിർപ്പ്ല് ന്ക്കുമ്പോ മലേമ്മാത്രം ഈ വിഢ്ഢിവേഷോം കെട്ടി മഹാബലി ത്തമ്പുരാനാന്നും പറഞ്ഞ്..... ഇതൊക്കെ ഒരുതരം ഭിക്ഷാടനാ–”

പ്രഭാതത്തണുപ്പിൽ പാറമടയിൽ അനക്കം കേട്ട് ഒറ്റക്കുറുക്കൻ തലയുയർത്തി നോക്കി. പിന്നെ ഒച്ചയനക്കമില്ലാതെ ഒളിച്ച് താഴ്വാരമിറങ്ങിമറഞ്ഞു.

"കുലത്തൊഴിലല്ലേ. ചെയ്യാനാരെങ്കിലും വേണ്ടേ."

ശ്രീദേവിയുടെ ശബ്ദം പതുങ്ങിയൊഴുകുന്ന ഒരു ചെറുകാറ്റുപോലെ. രാജീവൻ നിശ്ശബ്ദനായി അവളോടൊപ്പം നടന്നു. പിന്നെ പറഞ്ഞു.

"ഒക്കെ ഓരോ കാലത്തെ അബദ്ധങ്ങളാ. എന്തൊക്ക്യോ സൗകര്യം കണ്ട് പണ്ടത്തെ കാലത്ത് ആരൊക്ക്യോ ണ്ടാക്കിവെച്ച ഒര് സമ്പ്രദായം. ഈ ചാതുർവണർണ്യം ന്നൊക്കെപ്പറേന്നത് ഏറ്റൊം വെലീയ്യെ തട്ടിപ്പാ. അതൊന്നാ ഈ മനുഷ്യന്മാരെ തമ്മാമില് ഇത്രയധികം അകറ്റിക്കളഞ്ഞേ."

നടന്ന് പാറമടയിറങ്ങവേ രാജീവൻ ശ്രീദേവിയുടെ കൈപിടിച്ചു. അവർ പരസ്പരം കണ്ണുകളിലേക്ക് നോക്കി. പിന്നെ പാറ മടയുടെ താഴ്വാരത്തിലെ മറവിൽ മൃദുതരമൊരാലിംഗനത്തിന്റെ നിർവൃതിയിൽ അവർ നിന്നു....

വഴിയോരത്ത് തുമ്പപ്പൂക്കൾ വിടർന്നുനിൽക്കുന്നുണ്ട്. ചരിഞ്ഞ കൊള്ളുകളിൽ ഇതൾവിരിഞ്ഞ് കോളാമ്പിപ്പൂക്കൾ. മുമ്പിൽ മഞ്ഞച്ചിറകുകളുള്ള കൊച്ചുശലഭങ്ങൾ, ഓണത്തുമ്പികൾ.

"രാജീവേട്ടൻ ഓണപ്പൊട്ടൻ കെട്ടി ഇറങ്ങുമ്പോ എന്റെ മനസ്സിലെന്തായിരുന്നൂ-ന്നറിയോ?"

"ങ്ഊം?"

"എന്റെ മനസ്സില് മഹാബലിയായ്രുന്നൂ. മഹാബലിത്തമ്പുരാൻ..." രാജീവൻ ശ്രീദേവിയെ നോക്കി. അവൾ മുഖം താഴ്ത്തിനിന്നു.

"രാജകീയമായ ആർഭാടങ്ങളൊന്നുല്ല്യാണ്ട് മഹാരാജാവ് നഗ്നപാദനായി പരവതാനി വിരിച്ച ഭൂമിയിലൂടെ നടന്നുനടന്നങ്ങനെ....! ഞാനപ്പോൾ രാജാവിന്റെ തോളിലെ മാറാപ്പ് കണ്ടിരുന്നില്ല. മണിയൊച്ചയും കേട്ടില്ല. മനസ്സിലും കൺമുമ്പിലും എന്റെ തമ്പുരാൻ മാത്രം–"

ആൽമരത്തിൽ ചിങ്ങക്കാറ്റ് ചൂളം വിളിച്ചു. പനങ്കൂട്ടത്തിലെ ദേവവിശറികളിൽ കാറ്റ് കളിതമാശ കളിച്ചു. അകലെ മൂന്ന് പുഴകളുടെ സംഗമസന്നിധിയിൽ കുഞ്ഞോളങ്ങൾ ത്രസിച്ചു. വെങ്കല്ലൂരിലെ ചെങ്കൽ പ്രതലങ്ങളിൽ അഭ്രരേണുക്കൾ തിളങ്ങി. അമ്പലപ്പറമ്പിലെ കാഞ്ഞിരമരത്തിൽ, ദേവനാഗങ്ങൾ മയങ്ങി.